മേരി ക്യൂറി

marie curie

•

joji kootummel

•

first edition
march 2012

•

typesetting
star communications, thiruvananthapuram

•

published
chintha publishers, thiruvananthapuram

•

printed
anaswara offset pvt ltd

•

cover
ambeesh

വിതരണം

ദേശാഭിമാനി ബുക്ക് ഹൗസ്

H O തിരുവനന്തപുരം–695 035
www.chinthapublishers.com
chinthapublishers@gmail.com

ബ്രാഞ്ചുകൾ

ഹെഡ്ഓഫീസ് കുന്നുകുഴി • ഓവർബ്രിഡ്ജ് തിരുവനന്തപുരം • കെ എസ് ആർ ടി സി ബസ് സ്റ്റേഷൻ ആലപ്പുഴ • മച്ചിങ്ങൽ ലെയ്ൻ തൃശൂർ • കെ എസ് ആർ ടി സി ബസ് സ്റ്റേഷൻ എറണാകുളം • ഐ ജി റോഡ് കോഴിക്കോട് • മാവൂർ റോഡ് കോഴിക്കോട് • എൻ ജി ഒ യൂണിയൻ ബിൽഡിങ് കണ്ണൂർ • സെൻട്രൽ ബസ് ടെർമിനൽ കോംപ്ലക്സ് താവക്കര കണ്ണൂർ

CO - 1705 / 2858

മേരി ക്യൂറി

ജോജി കൂട്ടുമ്മേൽ

ചിന്ത പബ്ലിഷേഴ്സ്
തിരുവനന്തപുരം-695 035

ജോജി കൂട്ടുമ്മേൽ

കോട്ടയം ജില്ലയിൽ കുമരകം സ്വദേശി. ആലപ്പുഴ ജില്ലയിൽ സർക്കാർ സ്കൂൾ അധ്യാപകനാണ്. 1987 മുതൽ കേരള ശാസ്ത്രസാഹിത്യപരിഷത്തിൽ അംഗമാണ്. ഇപ്പോൾ പരിഷത്തിന്റെ കേന്ദ്ര നിർവാഹക സമിതിയിൽ പ്രവർത്തിക്കുന്നു. പുരോഗമന കലാസാഹിത്യ സംഘം കോട്ടയം ജില്ലാ കമ്മിറ്റിയിലും അംഗമാണ്. ആനുകാലികങ്ങളിൽ ശാസ്ത്രം – പരിസ്ഥിതി സംബന്ധിച്ച ലേഖനങ്ങൾ എഴുതാറുണ്ട്. *ചിന്താവാരിക*യിൽ 'ശാസ്ത്രീയ ചിന്ത' എന്ന സ്ഥിരം പംക്തി കൈകാര്യം ചെയ്യുന്നു. വിവിധ വിഷയങ്ങളെ അടിസ്ഥാനമാക്കി പത്തിലധികം പുസ്തകങ്ങൾ പ്രസിദ്ധീകരിച്ചിട്ടുണ്ട്.

ഇതരകൃതികൾ: *പാതിരാമണൽ, ടൂറിസം വികസനം കേരളത്തിൽ, ലൈംഗികത: നിലപാടുകളുടെ രാഷ്ട്രീയം, പ്രകൃതിയുടെ പ്രകൃതം, നിലയ്ക്കാത്ത കാറ്റും ശമിക്കാത്ത ചൂടും, വിദ്യാഭ്യാസം: അധിനിവേശത്തിന്റെ തിരുശേഷിപ്പുകൾ, കാച്ചിക്കുറുക്കി പഞ്ചസാരയിട്ട കവിതകൾ, നമുക്ക് വായിക്കാം, സ്വാതന്ത്ര്യം തന്നെ ജീവിതം, ശാസ്ത്ര ചിന്തകൾ, ആദിവാസി സമരത്തിന്റെ അർഥാന്തരങ്ങൾ,* (പ്രൊഫ. എം കെ പ്രസാദിനൊപ്പം), *സൈലന്റ് വാലി: ചെറുത്തുനിൽപ്പിന്റെ നാൾവഴികൾ* (ആർ രാധാകൃഷ്ണനൊപ്പം).

ഭാര്യ : ബിന്ദു. (മുഴുവൻ സമയ രാഷ്ട്രീയ പ്രവർത്തക.)
മകൾ : മേഘ. (വിദ്യാർഥിനി)

വിലാസം : കുമരകം വടക്ക് തപാൽ
കോട്ടയം ജില്ല

മേരി ക്യൂറി

1867–1934

ഉള്ളടക്കം

ഭാഗം ഒന്ന്

വാഴ്സാ മുതൽ പാരീസ് വരെ

1

ഒരു ദീർഘയാത്രയുടെ തുടക്കം

ഒടുവിൽ മാനിയാ പാരീസിലേക്ക് പോകാൻ തന്നെ തീരുമാനിച്ചു.

ആരാണ് മാനിയാ?

പോളീഷ് ഭാഷയിൽ മാനിയ എന്നാൽ മേരിയാണ്.

അതെ, മേരി പാരീസിലേക്ക് പോകുവാൻ തന്നെ തീരുമാനിച്ചു. അപ്പോൾ അവൾക്ക് ഇരുപത്തിനാല് വയസായിരുന്നു. 1891 ലായിരുന്നു അത്.

എന്തിനാണ് പാരീസിലേക്ക് പോകുന്നതെന്നല്ലേ? സർവകലാശാലയിൽ ചേർന്ന് പഠിക്കണം. വെറുതെ എന്തെങ്കിലും പഠിച്ചാൽ പോരാ. ശാസ്ത്രം പഠിക്കണം. പതിനഞ്ചാമത്തെ വയസിൽ സ്വർണമെഡലോടെ സ്കൂൾ ഫൈനൽ പാസായ പെൺകുട്ടിയായിരുന്നു, മേരി. 1882–ലായിരുന്നു അത്. ഇപ്പോഴിതാ നീണ്ട ഒൻപത് വർഷങ്ങൾ പിന്നിട്ടിരിക്കുന്നു.

ഒൻപത് ദുരിത വർഷങ്ങൾ!

മേരി ഓർത്തു.

പാരീസിൽ ചേച്ചി ബ്രോണിയായുണ്ട്. ബ്രോണിസ്ലോവ എന്നാണ് മുഴുവൻ പേര്. ചേച്ചിയുടെ ഭർത്താവ് ഡോക്ടറാണ്. ബ്രോണിയായുടെ കത്താണ് മേരിയുടെ കൈയിലിരിക്കുന്നത്. കത്തിൽ ബ്രോണിയ എഴുതിയിരിക്കുന്നു.

'മേരി, നീ നിന്റെ ജീവിതത്തെക്കുറിച്ച് ചിന്തിക്കേണ്ട സമയം വൈകി. നൂറ് റൂബിൾ എങ്ങനെയെങ്കിലും ഒപ്പിച്ചു പാരീസിലേക്ക് വരൂ. ഞങ്ങളോടൊന്നിച്ച് താമസിക്കാം."

വെറുതെ താമസിക്കാനല്ല ചേച്ചി വിളിക്കുന്നത്. സർവകലാശാലയിൽ ചേർന്ന് പഠിക്കാനാണ്. ഫീസിനും മറ്റുമായി ധാരാളം പണം വേണ്ടിവരും. പഠനത്തോടൊപ്പം ജോലി ചെയ്യാൻ കൂടി കഴിഞ്ഞെങ്കിലേ അത് നടക്കൂ.

എന്തുവന്നാലും പോകണമെന്ന് തന്നെയാണ് മേരിയുടെ ആഗ്രഹം. പഠിക്കണം എന്നുള്ള ആഗ്രഹം അത്രയ്ക്ക് തീക്ഷ്ണമാണ്. വിശേഷിച്ചും ശാസ്ത്രം പഠിക്കണം എന്ന കാര്യത്തിൽ. എന്നിട്ടും കഴിഞ്ഞ ഒമ്പത് വർഷമായി പഠനം മുടങ്ങിക്കിടക്കുകയായിരുന്നു. ഒരർഥത്തിൽ കഴിഞ്ഞ ഒമ്പത് വർഷങ്ങൾ അനുഭവിച്ച ദുരിതങ്ങളെല്ലാം ഈ ഒരു യാത്രയ്ക്ക് വേണ്ടിയായിരുന്നല്ലോ എന്നും മേരി അപ്പോൾ ഓർത്തു.

എന്തായിരുന്നു പഠിക്കുവാൻ നേരിട്ട തടസ്സം?

പല തടസങ്ങളുണ്ടായിരുന്നു

പോളണ്ട്, അതായിരുന്നു മേരിയുടെ ജന്മനാട്. പെൺകുട്ടികളെ ഉന്നതവിദ്യാഭ്യാസത്തിന് അനുവദിച്ചിരുന്നില്ല.

"എന്താണ് ഈ നാട് ഇങ്ങനെ?"

മേരി പിന്നെയും അതേക്കുറിച്ച് തന്നെ ഓർത്തുകൊണ്ടിരുന്നു. പെൺകുട്ടികൾ എത്ര നന്നായി പഠിക്കുന്നവരായാലും സ്കൂൾ പഠിപ്പുകൊണ്ട് മതിയാക്കിക്കൊള്ളണം. കോളജുകളിലോ സർവകലാശാലകളിലോ അവർക്ക് പ്രവേശനമില്ല. സ്വർണമെഡലോടെ സ്കൂൾ ഫൈനൽ പാസായ മേരിക്കും ഉന്നതവിദ്യാഭ്യാസത്തിനനുവാദമില്ല. പോളിഷ് സർവകലാശാലയിൽ കിട്ടിയില്ലെങ്കിൽ പോട്ടെ, ഓസ്ട്രിയൻ സർക്കാരിന്റെ നിയന്ത്രണത്തിലുള്ള ഒരു സർവകലാശാലയിൽ പ്രവേശനത്തിന് മേരി ഒന്ന് ശ്രമിച്ചുനോക്കിയതാണ്. ഇക്കാര്യം മേരിക്ക് ഓർമയുണ്ട്.

സർവകലാശാലയിലേക്ക് അപേക്ഷ അയച്ചിട്ട് എത്ര പ്രതീക്ഷയോടെയാണ് കാത്തിരുന്നത്!

ഒടുവിൽ മറുപടി വന്നു.

പ്രവേശനം തരാം. പക്ഷേ, സയൻസ് വിഷയങ്ങളിൽ പെൺകുട്ടികളെ പ്രവേശിപ്പിക്കുകയില്ല. പാചക കോഴ്സ് ഉണ്ട്. അവിടെ പ്രവേശനം തരാം.

മേരിക്ക് നിരാശ തോന്നി.

കഠിനമായ ദേഷ്യവും

എന്തായാലും സയൻസിന് പകരം പാചകം പഠിക്കേണ്ട എന്നവൾ തീരുമാനിച്ചു.

പത്താം വയസുമുതൽ അടുക്കളയിൽ അമ്മയെ സഹായിക്കാൻ കയറിയിട്ടുള്ള മേരിയെ സർവകലാശാല എന്ത് പാചകം പഠിപ്പിക്കാനാണ്?

അമ്മയെക്കുറിച്ചോർത്തപ്പോൾ മേരിക്ക് സങ്കടമായി. അവളുടെ കണ്ണുകൾ ഈറനണിഞ്ഞു.

അമ്മയുടെ പേരും ബോണിസ്ലാവ എന്ന് തന്നെയായിരുന്നു. അമ്മയുടെ പേരാണ് ഇപ്പോൾ പാരീസിലുള്ള ചേച്ചിക്ക്.

പാവം അമ്മ!

വാഴ്സാ നഗരത്തിൽ പെൺകുട്ടികൾക്ക് വേണ്ടിയുള്ള വിദ്യാലയത്തിലെ പ്രഥമാധ്യാപികയായിരുന്നു ബ്രോണിസ്ലോവ. മേരി ജനിക്കുന്നതിന് മുമ്പുതന്നെ അവർ രോഗബാധിതയായിക്കഴിഞ്ഞിരുന്നു.

ക്ഷയരോഗമായിരുന്നു, അമ്മയ്ക്ക്

അവളുടെ ഓർമകൾ, ബാല്യകാലത്തെ പോളണ്ടിലേക്ക് തുറന്നു. നമുക്ക് കുറച്ചുകൂടി പുറകിലേയ്ക്ക് പോകണം. മേരിയുടെ ജനനത്തിന് തൊട്ടുമുമ്പുള്ള പോളണ്ടിലേക്ക്.

* * * *

പോളണ്ട്

1815 ൽ ഫ്രാൻസിലെ നെപ്പോളിയന്റെ പതനത്തെ തുടർന്നുണ്ടായ രാഷ്ട്രീയ മാറ്റങ്ങൾ പോളണ്ട് വിഭജിക്കപ്പെടാൻ കാരണമായി. രാജ്യത്തിന്റെ പടിഞ്ഞാറ് ഭാഗം പ്രഷ്യയുടെ അധീനതയിലായി. കിഴക്ക് ഭാഗം റഷ്യയുടെയും. കരാക്കോ (Caracow) എന്ന ഒരു ചെറിയ ഭാഗം ഒരു സ്വതന്ത്ര നഗരമായി തുടർന്നു. 1830 ലാണ് രാജ്യത്തിന്റെ സ്വാതന്ത്ര്യത്തിന് വേണ്ടിയുള്ള പോളിഷ് ശ്രമം തുടങ്ങുന്നത്. ആ സമരം അടച്ചമർത്തപ്പെട്ടു. നിക്കോളസ് I എന്ന സർ ചക്രവർത്തി പോളിഷ് പാർലമെന്റിനേയും പട്ടാളത്തെയും പിരിച്ചു വിട്ടു. ഒന്നാം ലോകയുദ്ധത്തിന് ശേഷമുണ്ടായ വിവിധ രാഷ്ട്രീയ മാറ്റങ്ങളുടെ ഫലമായാണ് പോളണ്ട് സ്വതന്ത്ര രാഷ്ട്രമായത്. 1921 മാർച്ച് 17നാണ് പോളണ്ടിന് ജനാധിപത്യപരമായ ഭരണവ്യവസ്ഥയുണ്ടായത്.

പോളണ്ട്.

പോളണ്ടിലെ വാഴ്സാ നഗരം.

കാലം 1860.

പോളണ്ട് അന്ന് റഷ്യയുടെ അധീനതയിൽ ഉണ്ടായിരുന്ന ഒരു പ്രദേശമാണ്. റഷ്യ എന്ന് പറഞ്ഞാൽ ഇന്നത്തെ റഷ്യയല്ല. പഴയ സോവിയറ്റുയൂണിയനുമല്ല. അതിനും മുമ്പുള്ള റഷ്യ. സാറിസ്റ്റ് റഷ്യ എന്ന് പറയാം. സാർ ചക്രവർത്തിമാരാണ് അന്ന് റഷ്യ ഭരിച്ചിരുന്നത്.

റഷ്യ പോളണ്ടിനെ കൈവശപ്പെടുത്തി വച്ചിരുന്നു. ഇന്ന് പോളണ്ട് ഒരു സ്വതന്ത്രരാജ്യമാണ്. ഗ്ലോബിൽ നോക്കിയാൽ റഷ്യയുടെ പടിഞ്ഞാറ് വശത്തായി പോളണ്ട് കാണാം.

പോളണ്ടിനെ സംബന്ധിച്ച് ദുരിതം നിറഞ്ഞതായിരുന്നു ആ കാലഘട്ടം.

പോളണ്ടിന്റെ സാംസ്കാരികത്തനിമകളെയൊന്നും റഷ്യൻ ഗവൺമെന്റ് മാനിച്ചിരുന്നില്ല. വിദ്യാലയങ്ങളിൽ പോളീഷ് ഭാഷ പഠിപ്പിച്ചിരുന്നില്ല. പോളണ്ടിന്റെ ചരിത്രമോ സംസ്കാരമോ പഠിപ്പിച്ചിരുന്നില്ല.

എല്ലാവരും നിർബന്ധമായി റഷ്യൻ ഭാഷയും സംസ്കാരവും പഠിച്ചുകൊള്ളണം! ഏകാധിപതികളും ധൂർത്തന്മാരുമായ സാർ ചക്രവർത്തിമാരേക്കുറിച്ച് പഠിച്ചുകൊള്ളണം!

റൊമാനോവ് രാജകുടുംബത്തിലെ പിൻതുടർച്ചക്കാരായിരുന്നു സാർ ചക്രവർത്തിമാർ. മുന്നൂറ് വർഷമാണ് ഇവർ തുടർച്ചയായി റഷ്യയെ ഭരിച്ചത്. പോളണ്ടുകാർ വെറുതെയിരുന്നില്ല. സ്വാതന്ത്ര്യത്തിന് വേണ്ടി പലവിധ സമരങ്ങളും ഉയർന്നുവന്നു. പക്ഷേ പൊലീസ് അവയെ അടിച്ചമർത്തി. പ്രക്ഷോഭക്കാർ പലരും ജയിലിലായി. ചിലരൊക്കെ തൂക്കിലേറ്റപ്പെട്ടു. മറ്റുചിലർ സൈബീരിയായിലേക്ക് നാട്കടത്തപ്പെട്ടു.

ഇല്ല. നമ്മൾ ആ കഥയിലേക്ക് പോകുന്നില്ല.

നമുക്ക് മേരിയുടെ കഥയിലേക്ക് തിരിച്ചുവരാം.

പോളണ്ട് ഒരു സ്വതന്ത്രരാജ്യമായിരുന്നില്ല. നേരത്തെ കണ്ടത് പോലെ പോളണ്ടിലെ പെൺകുട്ടികൾ ഒട്ടും സ്വതന്ത്രരായിരുന്നില്ല. അവർക്ക് സ്കൂൾവിദ്യാഭ്യാസം കൊണ്ട് തൃപ്തിപ്പെടേണ്ടിയിരുന്നു. ഉന്നതവിദ്യാഭ്യാസ സ്ഥാപനങ്ങളിൽ പെൺകുട്ടികൾക്ക് പ്രവേശനം ഇല്ലായിരുന്നുവല്ലോ?

എന്തായാലും ദേശസ്നേഹികളായ ആർക്കും സഹിക്കാനാവുന്നതായിരുന്നില്ല അന്നത്തെ പോളണ്ടിന്റെ സ്ഥിതി.

അക്കാലത്ത് പോളണ്ടിലെ ഒരു പ്രധാന നഗരമായിരുന്നു വാഴ്സ. പിൽക്കാലത്ത് റഷ്യയുടെ ആധിപത്യത്തിൽ നിന്ന് മോചനം ലഭിച്ചപ്പോൾ പോളണ്ടിന്റെ തലസ്ഥാനമായി ആ നഗരം മാറുകയുണ്ടായി.

അക്കാലത്ത് വാഴ്സാ നഗരത്തിൽ പ്രസിദ്ധനായ ഒരു അധ്യാപകൻ ഉണ്ടായിരുന്നു.

പേര്, വ്ളാഡിസ്ലോവ് സ്ക്ലോഡോവ്സ്കി.

ഓ! എങ്ങനെ ഉച്ചരിക്കും; അല്ലേ?

എത്ര വലിയ പേര്!

സാരമില്ല. പോളിഷ്, റഷ്യൻ പേരുകളൊക്കെ അങ്ങനെയാണ്.

സ്ക്ലോഡോവ്സ്കി ഒരു അധ്യാപകനായിരുന്നു എന്ന് പറഞ്ഞല്ലോ? ഗണിതവും ഊർജതന്ത്ര (Physics)വുമായിരുന്നു അദ്ദേഹത്തിന്റെ വിഷയങ്ങൾ. സ്ക്ലോഡോവ്സ്കിയുടെ ഭാര്യ ബ്രോണിസ്ലോവ പെൺകുട്ടികൾക്ക് വേണ്ടിയുള്ള ഒരു ബോർഡിംഗ് സ്കൂളിലെ അധ്യാപികയായിരുന്നു.

മേരിയുടെ അച്ഛനമ്മമാരായിരുന്നു ആ അധ്യാപക ദമ്പതികൾ.

ശരി; അച്ഛനമ്മമാരെ പരിചയപ്പെട്ടില്ലേ? അച്ഛനുമമ്മയും അധ്യാപകരായിരുന്നു എന്നത് മേരിയുടെ ജീവിതത്തെ നന്നായി സ്വാധീനിച്ചിരുന്നിരിക്കണം. കൂട്ടത്തിൽ പറയട്ടെ, മേരിയുടെ മുത്തച്ഛനും അധ്യാപകനായിരുന്നു. ജോസഫ് സ്ക്ലോഡോവ്സ്കി. ലുബ്ലിൻ എന്ന സ്ഥലത്തെ നാട്ടുകാർക്ക് ഏറെ ബഹുമാന്യനായ ഒരു അധ്യാപകനായിരുന്നു അദ്ദേഹം.

സ്ക്ലോഡോവ്സ്കിയ്ക്കും ബ്രോണിസ്ലോവയ്ക്കും അഞ്ചുമക്കൾ പിറന്നു. 1862 ലാണ് ആദ്യത്തെ കുഞ്ഞ് പിറന്നത്. അവൾക്ക് സോഫിയ എന്ന് പേരിട്ടു. തൊട്ടടുത്ത വർഷം സോഫിയയ്ക്ക് ഒരു സഹോദരൻ പിറന്നു. അവന് അവന്റെ മുത്തച്ഛന്റെ പേരാണ് ഇട്ടത്. ജോസഫ്! രണ്ട് വർഷം കഴിഞ്ഞപ്പോൾ 1865 ൽ മൂന്നാമത്തെ കുഞ്ഞ് ജനിച്ചു. അവൾക്ക് അമ്മയുടെ പേര് തന്നെയാണ് നൽകിയത്. ബ്രോണിസ്ലോവ. വളർന്നപ്പോൾ അവളെ ബ്രോണിയ എന്ന് വിളിച്ചു.

1866 ൽ സ്ക്ലോഡോവ്സ്കി കുടുംബത്തിൽ ഒരു മകൾ കൂടിയുണ്ടായി. അവൾക്ക് ഹെലന എന്ന് പേരിട്ടു. വീണ്ടും അടുത്ത വർഷം, കൃത്യമായി പറഞ്ഞാൽ 1867 നംവബർ ഏഴാം തീയതി ആ കുടുംബത്തിൽ അഞ്ചാമത്തെ കുഞ്ഞ് പിറന്നു. ആ പെൺകുഞ്ഞിന് മാതാപിതാക്കൾ മേരി എന്ന് പേരിട്ടു.

അങ്ങനെ മേരി വ്ളാഡിസ്ലോവ് സ്ക്ലോഡോവ്സ്കി പിറന്നു. പേര് മേരി എന്നായിരുന്നെങ്കിലും അവൾ മാനിയ എന്നാണ് വിളിക്കപ്പെട്ടത്. പോളീഷ് ഭാഷയിൽ മേരി എന്ന പേര് മാനിയ എന്നാണ് ഉച്ചരിക്കുക. നമ്മൾ മലയാളികൾ മേരി എന്ന പേരിനെ മറിയ എന്നാക്കി മാറ്റിയിട്ടില്ലേ. അതുപോലെ മേരി എന്ന പേര് പോളിഷ് ഭാഷയിൽ ഉച്ചരിക്കുന്നതങ്ങനെയാണ്.

ഈ മാനിയായെയാണ് നമ്മൾ മുമ്പ് പരിചയപ്പെട്ടത്. ഇരുപത്തിനാലാമത്തെ വയസിൽ പാരീസിലേക്ക് പോകാൻ ഒരുങ്ങുകയാണവൾ. അവളുടെ മനസ്സ് വല്ലാതെ വിക്ഷുബ്ധമാണ്. കാരണം കഴിഞ്ഞ ഇരുപത്തിനാല് വർഷവും അവളുടെ ജീവിതം അത്തരത്തിലുള്ളതായിരുന്നു.

മേരി ജനിക്കുന്നതിന് മുമ്പ് തന്നെ അമ്മ ക്ഷയരോഗബാധിതയായിക്കഴിഞ്ഞിരുന്നു എന്ന കാര്യം നേരത്തേ പറഞ്ഞല്ലോ? അപ്പോഴേക്കും അവർക്ക് ജോലിക്ക് പോകാൻ വയ്യാതായിക്കഴിഞ്ഞിരുന്നു. പക്ഷേ, അടുക്കളയിലെ ജോലികൾ ഒഴിവാക്കാൻ കഴിയുമായിരുന്നില്ലല്ലോ? അതിനേക്കാൾ വലിയ ഒരു പ്രശ്നമുണ്ടായിരുന്നു. ഒരു പകർച്ചവ്യാധിയാണ്! രോഗിയുമായി അടുത്ത് ഇടപഴകുന്നവർക്ക് രോഗം പകരാനിടയുണ്ട്.

കുഞ്ഞ് മേരിക്ക് അമ്മയുടെ ഒക്കത്തിരിക്കണം. അമ്മ അവളെ ഓമനിക്കണം! കഴിയുമായിരുന്നില്ല അത് രണ്ടും.

ക്ഷയരോഗിയായ ഒരമ്മ കുഞ്ഞിനെ അങ്ങനെ എടുത്ത് പെരുമാറിക്കൂട. ചിലപ്പോൾ രോഗം കുഞ്ഞിന് കൂടി പകർന്നേക്കും. അതുകൊണ്ട് അമ്മയ്ക്ക് പകരം മൂത്തചേച്ചി സോഫിയയാണ് മേരിയെ പരിലാളിച്ചിരുന്നത്.

അവളെ എടുത്തുകൊണ്ടു നടന്നതും,
പാട്ട് പാടിക്കേൾപ്പിച്ചതും,
കഥ പറഞ്ഞ് കൊടുത്ത് സന്തോഷിപ്പിച്ചതും,
കുളിപ്പിച്ചതും, ആഹാരം കൊടുത്തതും...

ഒരമ്മയെപ്പോലെ സോഫിയ മേരിയെ വളർത്തി. മേരിയെ മാത്രമ

ല്ല, ഒ എൻ വിയുടെ "കോതമ്പ് മണികൾ" എന്ന കവിതയിലെ പെൺകുട്ടിയേപ്പോലെ. "താഴെയുള്ളിത്തിരിപ്പോന്ന കിടാങ്ങൾക്കെല്ലാം താങ്ങായി, താരാട്ടുപാട്ടായി" സോഫിയ ഉണ്ടായിരുന്നു.

പാവം. അമ്മയ്ക്ക് മുമ്പേ അവൾ പോയി.

ടൈഫസ് രോഗം പിടിപെട്ടാണ് സോഫിയ മരിച്ചത്.

മേരി ഓർത്തു.

അക്കാലത്ത് മേരി സ്കൂളിൽ ചേർന്നിട്ടേ ഉണ്ടായിരുന്നുള്ളൂ. നാട്ടിൽ പലയിടത്തും ടൈഫസ് രോഗം പടർന്നു പിടിച്ചു. സോഫിയയ്ക്കും രോഗം വന്നു.

രക്ഷപ്പെടുത്താനായില്ല.

ഒരു ദിവസം അച്ഛനെയും രോഗിണിയായ അമ്മയെയും ഓമനക്കുരുന്നുകളായ ഇളയ സഹോദരങ്ങളേയും വിട്ട് നിത്യമായ ഉറക്കത്തിലേക്കു ആ പെൺകുട്ടി പോയി.

അക്കാലത്ത് താൻ വല്ലാത്ത ഏകാന്തത അനുഭവിച്ചിരുന്നതായി മേരി ഓർത്തു. എപ്പോഴും ഒറ്റയ്ക്കാണ് എന്ന തോന്നൽ. ചേച്ചിയുടെ മരണം താങ്ങാവുന്നതിലപ്പുറമായിരുന്നു.

വീട്ടിൽ അന്ന് വലിയ സാമ്പത്തിക ബുദ്ധിമുട്ടുകൾ ഉണ്ടായിരുന്നു. സ്വത്ത് മുഴുവൻ നഷ്ടപ്പെട്ട കാര്യം അച്ഛൻ എപ്പോഴും പറയുന്നത് കേൾക്കാം.

കൃത്യമായി എന്താണ് സംഗതിയെന്ന് മേരി വ്യക്തമായി അറിഞ്ഞിരുന്നില്ല. ആശ്രയത്തിനായി അച്ഛനരികിലെത്തിയ ഒരു ബന്ധുവാണ് കുഴപ്പമുണ്ടാക്കിയത്. നിത്യവൃത്തിക്കായി ഉണ്ടായിരുന്ന സ്വത്ത് മുഴുവൻ നശിപ്പിച്ചു. അത് വലിയ ആഘാതമായി. അച്ഛനാണെങ്കിൽ അമ്മയുടെ ചികിത്സയ്ക്കായി പണം ഉണ്ടാക്കാൻ നെട്ടോട്ടം ഓടുകയും. അപ്പോഴാണ് ബന്ധുവിന്റെ ഈ ചതി. ആരുമുണ്ടായിരുന്നില്ല സഹായിക്കാൻ.

അതിനിടയ്ക്കാണ് ചേച്ചിയുടെ മരണം.

ഒരുവശത്ത് സാമ്പത്തിക പ്രയാസത്തിൽ പെട്ട് ഉഴലുന്ന അച്ഛൻ. മറുവശത്ത് രോഗിണിയും നിസ്സഹായയുമായ അമ്മ.

ചിലപ്പോൾ ഉള്ളിലെവിടെയോ ഒരു ഭയം തോന്നിയിരുന്നു മേരിക്ക്. അന്ന് പുസ്തകങ്ങളിലായിരുന്നു അഭയം തേടിയിരുന്നതെന്ന് അവൾ ഓർത്തു. മേരി മിക്കവാറും ഒറ്റയ്ക്കായിരിക്കും. ഒറ്റയ്ക്കായിരിക്കുമ്പോഴൊക്കെ അവളുടെ കൈയിൽ പുസ്തകങ്ങൾ ഉണ്ടായിരിക്കും.

മിക്കവാറും റഷ്യൻ കവിതാ പുസ്തകങ്ങൾ.

അങ്ങനെയായിരുന്നു ആ കാലം.

ജോസഫ് ഇപ്പോൾ സ്കൂളിൽ പോകുന്നു.

വീട്ടുജോലികൾ പെൺകുട്ടികൾ പങ്കിട്ടു.

ബ്രോണിയായും മേരിയും ഹെലനയും. ഏത് കുടുംബത്തിലും സാമ്പത്തികമായി ഉണ്ടാകുന്ന ദുരിതങ്ങൾ കൂടുതൽ ഗുരുതരമായി

മേരി ക്യൂറി സഹോദരങ്ങളോടൊപ്പം

ബാധിക്കുന്നത് പെൺകുട്ടികളെയാണല്ലോ എന്ന് പലതവണ മേരി ഓർത്തിട്ടുണ്ട്. എന്നാണ് ഈ സ്ഥിതി മാറുന്നത്?

പോളണ്ട് അസ്വതന്ത്രയാണ്.

പോളണ്ടിലെ പെൺകുട്ടികൾ രണ്ടുതരത്തിൽ അസ്വതന്ത്രരാണ്.

ഒന്ന്, അടിമ രാജ്യത്തിലെ പെൺകുട്ടികൾ എന്ന നിലയിലുള്ള അടിമത്തം. ഉന്നത വിദ്യാഭ്യാസം ഉൾപ്പെടെയുള്ളവ നിഷേധിക്കുന്ന രാജ്യം.

രണ്ടാമത്തെ അസ്വതന്ത്രത വീട്ടിനുള്ളിൽ അനുഭവിച്ചതാണ്. പെൺകുട്ടി എന്ന നിലയിലുള്ള അധിക ചുമതലകൾ നിർവഹിക്കുന്നതിലൂടെയാണ് ഈ രണ്ടാം അസ്വതന്ത്രത മേരി അനുഭവിച്ചത്.

വേറെയും ചില സംഗതികളുണ്ട്, മേരിയുടെ ബാല്യത്തെക്കുറിച്ച് പറയാൻ.

അച്ഛനും അമ്മയും ആശയപരമായി വ്യത്യസ്ത ധ്രുവങ്ങളിലായിരുന്നു. അച്ഛൻ പൂർണമായും ഒരു യുക്തിവാദിയായിരുന്നു. ഒരു ദൈവത്തിലും വിശ്വസിച്ചിരുന്നില്ല. പ്രാർഥനകളോ അനുഷ്ഠാനങ്ങളോ നിർവഹിച്ചിരുന്നില്ല.

അമ്മ നേരേ മറിച്ചായിരുന്നു. തികഞ്ഞ മതഭക്ത. പാരമ്പര്യമായികിട്ടിയ കത്തോലിക്കാ മതവിശ്വാസം അവസാനം വരെയും മുറുകെ പിടിച്ചിരുന്നു. എല്ലാ ദുഃഖങ്ങളും ദുരിതങ്ങളും ദൈവത്തിൽ സമർപ്പിച്ച് അമ്മ ആശ്വാസം കൊണ്ടിരുന്നിരിക്കണം.

പക്ഷേ, അമ്മയുടെ വിശ്വാസം അമ്മയെ രക്ഷിച്ചില്ല. രോഗം പിന്നെയും പിന്നെയും വഷളായിക്കൊണ്ടിരുന്നു. അമ്മയ്ക്ക് വേണ്ടി

പ്രാർഥിക്കുകയല്ലാതെ തനിക്കും മറ്റൊന്നും ചെയ്യാനുണ്ടായിരുന്നില്ല എന്ന് മേരി ഓർത്തു.

പക്ഷേ എല്ലാ പ്രാർഥനകളും വിഫലമായി.

1879 ൽ രോഗം മൂർച്ഛിച്ച് അമ്മയും കടന്നുപോയി.

ചേച്ചിയുടെ മരണം കഴിഞ്ഞ് അധികനാളായിരുന്നില്ല. വെറും പന്ത്രണ്ട് വയസ് മാത്രമുണ്ടായിരുന്ന മേരി, അമ്മയുടെ ജീവനറ്റ ശരീരത്തിനു മുന്നിൽ കരഞ്ഞ് തളർന്നിരുന്നു.

തുടർച്ചയായ ദുരിതങ്ങൾ.

യഥാർഥത്തിൽ അമ്മ വിശ്വസിച്ചിരുന്ന ഒരു ദൈവമുണ്ടോ? സംശയമായി. ചേച്ചിയുടെയും അമ്മയുടെയും മരണവും ചെറുപ്പത്തിലെ ഒറ്റപ്പെടലും ജീവിത ദുരിതങ്ങളും എല്ലാം ചേർന്ന് മതത്തിൽ നിന്നും ദൈവത്തിൽ നിന്നും തന്നെ പൂർണമായി അകറ്റിയല്ലോ എന്ന് മേരി ഓർത്തു.

* * * *

മേരി ചിന്തയിൽ നിന്നുണർന്നു.

ശരിയാണ്. അവസാനം പറഞ്ഞ കാര്യത്തിൽ, ദൈവമുണ്ടോ എന്ന കാര്യത്തിൽ, മേരിക്ക് വലിയ സംശയമുണ്ടായിരുന്നു. മതകാര്യങ്ങളിൽ നിന്ന് അവൾ പൂർണമായും വിട്ടുനിന്നു. മേരിയുടെ ജീവചരിത്രകാരനായ റോബർട്ട് വില്യം റീഡ് എഴുതിയിരിക്കുന്നത് മേരി ഒരു അജ്ഞേയവാദിയായിത്തീർന്നുവെന്നാണ്. അജ്ഞേയവാദി* എന്ന് പറഞ്ഞാൽ ആരാണ്?

ഒരു ദൈവവുമായും ബന്ധമില്ലാത്തവൾ, ഒരു ദൈവത്തേയും അറിയാത്തവൾ എന്നർഥം.

ഇത്രയും കൊണ്ട് മേരിയുടെ ബാല്യകാലം മുഴുവനായോ? ഇല്ല. ഇനിയും ചില കാര്യങ്ങൾ നാം അറിയാനുണ്ട്.

മേരിയുടെ സ്കൂൾ...

സ്കൂൾ പഠനത്തിന് ശേഷമുള്ള അലച്ചിലുകൾ. ശരിക്കും മേരിയുടെ ജീവിതത്തിന് രണ്ട് ഭാഗങ്ങളുണ്ട്. ഇരുപത്തിനാലാമത്തെ വയസിൽ പാരീസിലേക്ക് പോകുന്നത് വരെയുള്ള ഭാഗം ആദ്യഭാഗം മാത്രമാണെന്ന് പറയാം. തുടർന്നുള്ളത് രണ്ടാം ഭാഗവും.

ഈ രണ്ടു ഭാഗങ്ങളും സംഭവബഹുലമാണ്. അത്യന്തം നാടകീയവുമാണ്.

നമുക്ക് പാരീസിലേക്കുള്ള യാത്ര വേണോ വേണ്ടയോ എന്ന് തീരുമാനമെടുക്കാതെ കുഴങ്ങുന്ന മേരിയിലേക്കും അവളുടെ മനോവിചാരങ്ങളിലേക്കും തിരിച്ചു പോകാം.

* അജ്ഞേയവാദം: Agnostic എന്ന പദമാണ് മേരിയുടെ വിശ്വാസരാഹിത്യത്തെക്കുറിച്ച് ഉപയോഗിച്ചിരിക്കുന്ന വാക്ക്. 'One who disclaims any knowledge of God' എന്നാണ് 'അഗ്നോസ്റ്റിസിസം' എന്ന പദത്തിന് നിഘണ്ടുവിൽ കൊടുത്തിട്ടുള്ള നിർവചനം.

2

സ്വർണമെഡൽ നേടിയ പെൺകുട്ടി

പാരീസിലേക്ക് പോകാൻ തീരുമാനിച്ചെങ്കിലും മേരിയുടെ മനസ്സ് ചഞ്ചലമായിരുന്നു. ഒരു വശത്ത് വൃദ്ധനും രോഗിയുമായ പിതാവിനെ വിട്ടുപോകുന്നതിനുള്ള മടി. ഒപ്പം കസിമേഴ്സ് സൊറോസ്കി എന്ന യുവാവിനെക്കുറിച്ചുള്ള ചിന്തയും പോളണ്ടിൽ തന്നെ തുടരാൻ അവളെ പ്രേരിപ്പിച്ചു.

ആരാണ് കസിമേഴ്സ് സൊറോസ്കി?

മേരിക്ക് വളരെ വേണ്ടപ്പെട്ട ഒരാൾ.

അങ്ങനെ പറഞ്ഞാൽ പോര. കുറച്ചുകൂടി വ്യക്തമായിത്തന്നെ പറയണം. പറയാം. കുറച്ചു കഴിഞ്ഞ് നമ്മൾ സൊറോസ്കിയിലേക്ക് വരും.

അതിന് മുമ്പ് വേറൊരു കാര്യം അറിയണം. ഒരു വശത്ത് പോളണ്ടിൽ തുടരാനുള്ള ആഗ്രഹം. മറുവശത്ത് ഉന്നത വിദ്യാഭ്യാസത്തിനുള്ള ആഗ്രഹം. ഇതു രണ്ടും ചേർന്നപ്പോൾ മേരിയുടെ മനസാകെ കലങ്ങിയെന്ന് തന്നെ പറയാം.

അപ്പോഴാണ് വേറൊരു വാർത്ത.

മേരിയെ പൊലീസ് അറസ്റ്റ് ചെയ്തേക്കുമെന്ന് കേൾക്കുന്നു. മേരി കൂടി അംഗമായി പ്രവർത്തിക്കുന്ന രഹസ്യവിദ്യാഭ്യാസ സംഘത്തെക്കുറിച്ചുള്ള വിവരങ്ങൾ പൊലീസിന് ലഭിച്ചിട്ടുണ്ട്.

രഹസ്യവിദ്യാഭ്യാസ സംഘമോ?

അതിന്റെ വിശദാംശങ്ങളും നമ്മൾ അറിയേണ്ടതുണ്ട്.

അതറിയണമെങ്കിൽ നമ്മൾ മേരിയുടെ കഥ കുറേക്കൂടി പിന്നിൽനിന്ന് തുടങ്ങണം. സ്കൂളിൽ പോകുന്നതിന് മുമ്പുതന്നെ മേരിക്ക് ശാസ്ത്രത്തിൽ താൽപ്പര്യം തുടങ്ങിയിരുന്നു. കാലം മേരിക്ക് വേണ്ടി കാത്തുവച്ചിരുന്നത് ശാസ്ത്രത്തിന്റെ അത്ഭുതങ്ങളായിരുന്നല്ലോ?

മേരി ഓർത്തു.

അച്ഛന് പഠിപ്പിക്കൽ വെറുമൊരു ഉപജീവനമാർഗം മാത്രമായിരുന്നില്ല. വീട്ടിൽ ഒരു ചെറിയ പരീക്ഷണശാല തന്നെ ഒരുക്കിവച്ചിരുന്നു. ചില ശാസ്ത്രോപകരണങ്ങളും. അച്ഛൻ ഓരോ പരീക്ഷണവും ചെയ്യുമ്പോൾ നൂറ് നൂറായിരം സംശയങ്ങളുമായി അച്ഛനെ ചുറ്റിപ്പറ്റി നിന്ന ബാല്യകാലം മേരിയുടെ ഓർമയിൽ തിളങ്ങി.

അച്ഛൻ വീട്ടിൽ ഇല്ലായിരുന്ന എത്രയോ അവസരങ്ങളിൽ പരീക്ഷണശാലയിലെ ഉപകരണങ്ങൾ എടുത്ത് കളിച്ചിരിക്കുന്നു. ഉള്ളിൽ പേടിയുണ്ടായിരുന്നു. അച്ഛനറിഞ്ഞാൽ വഴക്ക് പറയുമോ? അതുകൊണ്ട് അതീവ രഹസ്യമായാണ് ലബോറട്ടറിയിൽ കയറിയിരുന്നതും ഉപകരണങ്ങൾ എടുത്തു കളിച്ചിരുന്നതും. പക്ഷേ, എത്ര ഒളിച്ചുവച്ചിട്ടും അച്ഛനറിയുക തന്നെ ചെയ്തു. വഴക്ക് പറഞ്ഞില്ല. അച്ഛനൊന്ന് ചിരിച്ചു. നന്നായി പഠിക്കണം എന്നും പറഞ്ഞു.

ആ ആവേശത്തിലും സന്തോഷത്തിലുമാണ് സ്കൂളിൽ ചേർന്നത്. മുമ്പ് അമ്മ ഈ സ്കൂളിലായിരുന്നു ജോലി ചെയ്തിരുന്നത്. രോഗം വർധിച്ചപ്പോൾ ജോലിക്ക് പോകാൻ വയ്യാതായി.

ഡിസ്കോർസ്ക എന്നൊരു പോളണ്ടുകാരിയായിരുന്നു അതിന്റെ മാനേജർ. പോളിഷ് ഭാഷ പഠിക്കാനോ പഠിപ്പിക്കാനോ അനുവാദമില്ല. റഷ്യൻ ഭാഷയും സംസ്കാരവും നിർബന്ധിത വിഷയങ്ങൾ. എന്നാലും ചില ടീച്ചർമാർ രഹസ്യമായി പോളീഷ് ഭാഷയും പോളണ്ടിന്റെ ചരിത്രവും പഠിപ്പിക്കുമായിരുന്നു. അവർ പൊലീസിന്റെ നോട്ടപ്പുള്ളികളാകുകയും ചെയ്തിരുന്നു.

ഇടയ്ക്കിടെ റഷ്യൻ ഉദ്യോഗസ്ഥന്മാർ പരിശോധനക്ക് വരും. കുട്ടികൾ പഠിക്കുന്നുണ്ടോ, അധ്യാപകർ നന്നായി പഠിപ്പിക്കുന്നുണ്ടോ എന്നൊന്നും പരിശോധിക്കാനുള്ള വരവല്ല. രഹസ്യാന്വേഷണമാണ് ലക്ഷ്യം. അധ്യാപകൻ രഹസ്യമായി പോളിഷ് ഭാഷ പഠിപ്പിക്കുന്നുണ്ടോ? എവിടെയെങ്കിലും പോളണ്ടിന്റെ ചരിത്രവും സംസ്കാരവും പഠിപ്പിക്കുന്നുണ്ടോ?

ഇതൊക്കെയാണ് അന്വേഷണ വിഷയങ്ങൾ.

ടീച്ചർമാരാണ് രഹസ്യമായി ഇവ രണ്ടും പഠിപ്പിക്കാറുണ്ടായിരുന്നതെങ്കിലും പരിശോധകൻ വന്നാൽ കുട്ടികളെയാണ് പിടികൂടിയിരുന്നത്.

ഒരിക്കൽ അങ്ങനെ നടന്ന ഒരു പരിശോധനയെക്കുറിച്ച് മേരി ഓർത്തു.

അന്ന് തികച്ചും അപ്രതീക്ഷിതമായാണ് പരിശോധകൻ കയറി വന്നത്.

ടീച്ചർ ഒന്ന് നടുങ്ങി.

കുട്ടികളും.

“ഏതെങ്കിലും ഒരു കുട്ടിയെ വിളിക്കൂ.”

പരിശോധകൻ ടീച്ചറോട് പറഞ്ഞു.

ടീച്ചർ മേരിയെ വിളിച്ചു.

"പ്രാർഥന ചൊല്ലൂ."

പരിശോധകൻ ആവശ്യപ്പെട്ടു. റഷ്യനിലാണ് പ്രാർഥന ചൊല്ലേണ്ടത്.

മേരി പ്രാർഥന ചൊല്ലി.

പിന്നെ ചോദ്യങ്ങളുടെ ഒരു പെരുമഴയായിരുന്നു.

റഷ്യൻ ചരിത്രത്തെക്കുറിച്ച്,

സാർ ചക്രവർത്തിമാരുടെ പേരുകൾ സംബന്ധിച്ച്,

റഷ്യൻ സംസ്കാരത്തെക്കുറിച്ച്,

എല്ലാത്തിനും കൃത്യമായ ഉത്തരം പറഞ്ഞു.

'മിടുക്കി' പരിശോധകൻ അഭിനന്ദിച്ചു.

ടീച്ചർക്കും ആശ്വാസമായി.

പക്ഷേ, തനിക്കോ? ഉള്ളിൽ കരയുകയായിരുന്നു. സ്വന്തം ഭാഷയും സംസ്കാരവും രഹസ്യമായി പഠിക്കേണ്ടി വരുന്ന അടിമരാജ്യത്തെ പെൺകുട്ടിയുടെ ദുർവിധിയോർത്ത്; അധികാരികളെ സന്തോഷിപ്പിക്കാൻ വേണ്ടി വിദേശ ഭാഷയും സംസ്കാരവും പഠിക്കേണ്ടി വരുന്നതോർത്ത്.

* * * *

എന്തുകൊണ്ടായിരിക്കും പോളണ്ടിന്റെ ഭാഷയും സംസ്കാരവും പഠിപ്പിക്കുന്നതിൽ വൈദേശിക ഗവൺമെന്റ് ഇത്രയും കർക്കശമായ നിരോധനം നടപ്പിലാക്കിയത്?

ഉത്തരം ലളിതമാണ്.

ഒരു ജനതയെ കീഴടക്കാൻ അവരുടെ സംസ്കാരത്തെ തകർത്താൽ മതി എന്ന ത്സാർ ചക്രവർത്തിക്കറിയാം. സംസ്കാരത്തെ തകർക്കുന്നതിനുള്ള എളുപ്പവഴി ഭാഷയെ തകർക്കുക എന്നതാണ്. സ്വന്തം ഭാഷയും സംസ്കാരവുമാണ് ജനതയെ ഒന്നിപ്പിച്ച് നിർത്തുന്നത്. ജനങ്ങൾ ഒന്നിച്ചു നിൽക്കുന്നില്ലെങ്കിൽ വിദേശികൾക്ക് അവരെ കീഴ്പ്പെടുത്താൻ എളുപ്പമാണ്. മാതൃഭാഷയുടെ മഹത്വം മനസിലാക്കാത്ത എല്ലാവരും പോളണ്ടിന്റെയും മേരിയുടെയും കഥ ആവർത്തിച്ചാവർത്തിച്ച് വായിക്കേണ്ടതാണ്.

എന്തായാലും മേരി സ്വകാര്യസ്കൂളിലെ പഠനം പൂർത്തിയാക്കി. ഇനി സർക്കാർ സ്കൂളിലാണ് പഠിക്കേണ്ടത്. അവിടെ കാര്യങ്ങൾ കുറേക്കൂടി കർശനമാണ്. രഹസ്യമായി പോളിഷ് ഭാഷയും ചരിത്രവും പഠിപ്പിക്കാൻ ആരുമില്ല. പക്ഷേ, സർക്കാർ സ്കൂളിൽ പഠിച്ചേ പറ്റൂ. കാരണം ഉന്നത വിദ്യാഭ്യാസത്തിനുള്ള സർട്ടിഫിക്കറ്റ് ലഭിക്കണമെങ്കിൽ അതാവശ്യമാണ്.

അങ്ങനെ മേരിയെ അടുത്തുള്ള ജിംനേഷ്യത്തിൽ ചേർത്തു.

ജിംനേഷ്യ എന്ന് കേട്ടാൽ എന്തു തോന്നും?

കായിക വിനോദസ്ഥലം, കളരി എന്നൊക്കെയാണ് ഇംഗ്ലീഷിലുള്ള ഈ പദത്തിന്റെയർഥം. പക്ഷേ, അന്നത്തെ പോളണ്ടിൽ സർക്കാർ സ്കൂളു

കൾ ഇങ്ങനെയാണ് അറിയപ്പെട്ടിരുന്നത്.

അക്കാലത്ത് സ്കൂളിനു വെളിയിൽ മറ്റ് ചില കാര്യങ്ങൾ നടക്കുന്നുണ്ടായിരുന്നു. പോളണ്ടിന്റെ സ്വാതന്ത്ര്യത്തിന് വേണ്ടിയുള്ള പ്രചരണങ്ങളും പ്രക്ഷോഭങ്ങളും ശക്തിപ്പെട്ട് വരുന്നുണ്ടായിരുന്നു. പോളണ്ടിന്റെ സ്വാതന്ത്ര്യത്തെക്കുറിച്ചുള്ള അവബോധം ജനങ്ങളിൽ വളർത്തുക എന്ന ലക്ഷ്യത്തോടെ പ്രവർത്തിക്കുന്ന രഹസ്യ വിദ്യാഭ്യാസ സംഘം എന്നൊരു സംഘടനയുണ്ടായിരുന്നു. ഈ സംഘടനയുടെ വിശദമായ കാര്യങ്ങൾ മറ്റൊരു അധ്യായത്തിൽ വിശദീകരിക്കുന്നുണ്ട്. ഇപ്പോൾ ഇതു മാത്രം പറയാം. രഹസ്യ വിദ്യാഭ്യാസസംഘത്തിന്റെ പ്രവർത്തനങ്ങൾ ഒരിക്കൽ മേരിയുടെ സ്കൂൾ ജീവിതത്തിലും പ്രതിഫലിച്ചു.

സംഭവമിങ്ങനെയായിരുന്നു.

ജിംനേഷ്യത്തിൽ മേരിക്ക് രണ്ട് കൂട്ടുകാരികളുണ്ടായിരുന്നു.

കാസിയായും ക്യൂനിക്കും.

സ്കൂളിന്റെ പ്രിൻസിപ്പൽ ഒരു ജർമൻ അധ്യാപികയും. അവർ തരം കിട്ടുമ്പോഴൊക്കെ പോളണ്ടുകാരായ പെൺകുട്ടികളെ അധിക്ഷേപിക്കുക പതിവായിരുന്നു. അധികാരികളെ ഭയന്ന് മിക്കവാറും എല്ലാ കുട്ടികളും അധിക്ഷേപങ്ങൾ സഹിച്ചിരിക്കും. മേരിയും കാസിയായും മാത്രമായിരുന്നു പലപ്പോഴും ടീച്ചറെ എതിർത്തു സംസാരിക്കാനുണ്ടായിരുന്നത്.

അങ്ങനെയിരിക്കെ ഒരു അവധി ദിവസം. മേരി വെറുതെ ഒന്ന് ചുറ്റാനിറങ്ങിയതാണ്. വഴിയിൽ നിൽക്കുന്നു കരഞ്ഞ് കലങ്ങിയ കണ്ണുകളുമായി ക്യൂനിക്ക്.

എന്തുപറ്റി?

മേരി ഉത്ക്കണ്ഠയോടെ ചോദിച്ചു.

ക്യൂനിക്ക് പൊട്ടിക്കരഞ്ഞു.

പിറ്റേന്ന് അവളുടെ സഹോദരനെ തൂക്കിലേറ്റുകയാണ്. അയാൾ പോളണ്ടിന്റെ സ്വാതന്ത്ര്യത്തിന് വേണ്ടി പ്രവർത്തിച്ചതായി പൊലീസ് അറിഞ്ഞിരിക്കുന്നു. ആരോ അയാളെ ഒറ്റിക്കൊടുത്തു.

മേരിക്ക് ഭയാനകമായ ഒരു അനുഭവമായിരുന്നു അത്. മാതൃരാജ്യത്തിന്റെ സ്വാതന്ത്ര്യത്തിന് വേണ്ടി പ്രവർത്തിക്കുന്നത് ഇത്രയും വലിയ കുറ്റമാണോ?

വല്ലവിധേനയും മേരി ക്യൂനിക്കിനെ ആശ്വസിപ്പിച്ച് വീട്ടിലെത്തിച്ചു. പിറ്റേന്ന് സ്കൂളിൽ വച്ച് മറ്റ് കുട്ടികളെക്കൂടി സംഘടിപ്പിച്ചുകൊണ്ട് ക്യൂനിക്കിന്റെ വീട്ടിലേക്ക് പോകാൻ മേരി തീരുമാനിച്ചു.

അറിഞ്ഞവരൊക്കെ എതിർത്തു

രാജ്യദ്രോഹത്തിന് തൂക്കിലേറ്റപ്പെട്ട ഒരാളുടെ വീട്ടിലേക്കാണ് പോകുന്നത്. അപകടമാണത്. ഇതോടെ പൊലീസിന്റെ നോട്ടപ്പുള്ളിയാകും. ഇപ്പോൾ തന്നെ മേരി, ടീച്ചറുടെ നോട്ടപ്പുള്ളിയാണ്.

പക്ഷേ, മേരി സമ്മതിച്ചില്ല.

മേരിയും കാസിയായും കൂടി കുറേക്കുട്ടികളെ സംഘടിപ്പിച്ചു. അവർ

ക്യൂനിക്കിന്റെ വീട്ടിലെത്തി. കുറേസമയം ആ വീട്ടിൽ കഴിഞ്ഞു. ക്യൂനിക്കിനെയും അവളുടെ മാതാപിതാക്കളെയും സമാധാനിപ്പിച്ചു.

മേരിയും കൂട്ടരും മടങ്ങി.

മേരിയുടെ മനസ്സ് കലുഷിതമായിരുന്നു.

മാതൃരാജ്യത്തിന്റെ ദുഃസ്ഥിതിയോർത്തായിരുന്നു അത്. ക്യൂനിക്കിന്റെ വീട്ടിൽ നിന്ന് മടങ്ങുമ്പോൾ മാതൃരാജ്യത്തിന്റെ സ്വാതന്ത്ര്യസമരത്തിൽ താനും പങ്ക് ചേരുകയാണ് എന്നവൾക്ക് തോന്നി. നൂറ്റാണ്ടുകളുടെ പാരമ്പര്യമുള്ള സാർ ചക്രവർത്തിമാരുടെ ഏകാധിപത്യത്തിനെതിരായി തന്നാലാവും വിധം താനും പങ്കു ചേരുന്നു.

മേരിയുടെ ധൈര്യം

നിക്കോളാസ് ഒന്നാമൻ എന്നൊരു ചക്രവർത്തിയായിരുന്നു മേരിയുടെ സ്കൂൾ ജീവിതകാലത്ത് റഷ്യയുടെ ഭരണാധികാരി. അത്യന്തം ഏകാധിപതിയായ ഇയാൾ പട്ടാളവേഷത്തിലായിരുന്നു പൊതുവേദിയിൽ പ്രത്യക്ഷപ്പെട്ടിരുന്നത്. 1881ൽ ഉണ്ടായ ഒരു കലാപത്തിൽ കലാപകാരികളിലൊരാളായിരുന്ന ഒരു വിദ്യാർഥി ഇയാളെ കുത്തിക്കൊന്നു. ഇതറിഞ്ഞ മേരിയും ക്ലാസിയായും ക്ലാസ് മുറിയുടെ ഡസ്കിന് മുകളിൽ കയറിനിന്ന് നൃത്തം ചെയ്ത് ആഹ്ലാദിച്ചു. അത്രമാത്രം ഉജ്ജ്വലവും ധീരവുമായിരുന്നു മേരിയുടെ സ്വരാജ്യസ്നേഹവും രാഷ്ട്രീയബോധവും.

എല്ലാ വേദനകൾക്കും ദുരന്തങ്ങൾക്കുമിടയിലും സന്തോഷത്തിന്റെ ചില തുള്ളികളെങ്കിലും ഉണ്ടാകാതിരിക്കുമോ? ജീവിതമെന്നത് സുഖവും ദുഃഖവും കൂടിക്കലർന്നതല്ലേ? അവരവരുടെ കഠിന പ്രയത്നത്തിന്റെ ഫലം ഓരോരുത്തർക്കും ലഭിക്കാതിരിക്കുമോ? അധികാരികളുടെ തെറ്റായ നയങ്ങളും തീരുമാനങ്ങളും ആളുകൾക്ക് ദുഃഖങ്ങൾ നൽകിയേക്കാമെന്നത് ശരി തന്നെ.

മേരിയുടെ കുടുംബത്തിലും ചില സന്തോഷാനുഭവങ്ങൾ ഉണ്ടായി.

ജോസഫിന്റെ സ്കൂൾ ഫൈനൽ പരീക്ഷയുടെ റിസൾട്ട് വന്നു.

സ്വർണമെഡലോടെയാണ് ജോസഫ് പരീക്ഷ വിജയിച്ചത്. ബ്രോണിയായുടെ പരീക്ഷാഫലവും വന്നു. മെഡൽ നേടിക്കൊണ്ട് ബ്രോണിയായും വിജയിച്ചു. അടുത്ത ഊഴം മേരിയുടേതായിരുന്നു. ചേച്ചിയുടേയും സഹോദരന്റെയും വിജയത്തേക്കാൾ ഉജ്വലമായിരുന്നു മേരിയുടെ വിജയം.

അധികാരികളും അധ്യാപകരും മേരിയെ പ്രശംസകൾ കൊണ്ട് പൊതിഞ്ഞു.

എല്ലാവർക്കും സന്തോഷം!

പക്ഷേ, ആ സന്തോഷം അധികകാലം നീണ്ടു നിന്നില്ല. അതിന്റെ കാരണം നമ്മൾ നേരത്തെ കണ്ടതാണ്. പെൺകുട്ടികൾക്ക് പോളണ്ടിന്റെ ഉന്നത വിദ്യാഭ്യാസത്തിന് അവസരമില്ല. അപ്പോഴാണ് മേരി ഓസ്ട്രിയൻ സർക്കാരിന്റെ യൂണിവേഴ്സിറ്റിയിൽ പ്രവേശനത്തിന് ശ്രമിച്ചത്. അതിന്റെ ഫലവും നാം കണ്ടു.

"ശാസ്ത്രത്തിന് പകരം പാചകം പഠിക്കാം..."

ഇനിയെന്താണൊരു മാർഗം?

പഠിക്കണമെങ്കിൽ പാരീസിലേക്ക് പോകണം. പക്ഷേ, വിദേശത്ത് പോയി പഠിക്കാനുള്ള സാമ്പത്തിക ശേഷി ആ കുടുംബത്തിനില്ല. പഠനം ഉപേക്ഷിക്കുകയേ ആ പെൺകുട്ടികൾക്ക് മാർഗമുണ്ടായിരുന്നുള്ളൂ.

നിൽക്കട്ടെ. ഇവിടെ നമ്മൾ മറ്റൊരാളെക്കുറിച്ച് പറയാൻ പോവുകയാണ്. ഇത്രനേരം പറഞ്ഞിട്ടും നമ്മൾ മേരിയുടെ പിതാവ് സ്ക്ലോഡോവ്സ്കിയെക്കുറിച്ച് അധികമൊന്നും പറഞ്ഞില്ലല്ലോ? അദ്ദേഹം ഒരു ശാസ്ത്ര അധ്യാപകനാണെന്ന് മാത്രമേ നാമിതു വരെ പറഞ്ഞുള്ളൂ. അദ്ദേഹത്തെക്കുറിച്ച് ചില കാര്യങ്ങൾ കൂടി നാമറിയണം.

മേരിയുടെ ശാസ്ത്രാഭിമുഖ്യത്തിന് മാത്രമല്ല, രാഷ്ട്രീയാഭിമുഖ്യത്തിനും കാരണം സ്ക്ലോഡോവ്സ്കി തന്നെ.

അക്കാലത്ത് സ്ക്ലോഡോവ്സ്കിയും ചില തിക്താനുഭവങ്ങളിൽ കൂടി കടന്നു പോവുകയായിരുന്നു. അതേക്കുറിച്ച് ചെറുതായെങ്കിലും അറിഞ്ഞെങ്കിലേ നമുക്ക് ഇനി മേരിയുടെ കഥ മുന്നോട്ട് കൊണ്ടുപോകാനാവൂ.

അതുപോലെ തന്നെ മറ്റൊരാളെക്കുറിച്ച് കൂടി നമുക്ക് പറയാനുണ്ട്. കാസിമേഴ്സ് സൊറോസ്കി എന്നൊരു യുവാവിനെപ്പറ്റി ഈ അധ്യാത്തിന്റെ തുടക്കത്തിൽ നാം സൂചിപ്പിച്ചിരുന്നു. അദ്ദേഹത്തെക്കുറിച്ചും നമുക്ക് ചില കാര്യങ്ങൾ വിശദമാക്കേണ്ടതുണ്ട്.

നമുക്ക് തൽക്കാലം സ്ക്ലോഡോവ്സ്കിയെ കുറിച്ച് ചിന്തിക്കാം.

3

സ്കൂൾ മാസ്റ്ററുടെ പെൺമക്കൾ

സ്ക്ലോഡോവ്സ്കി ഒരു സ്കൂൾ അധ്യാപകനായിരുന്നു എന്ന് നേരത്തെ പറഞ്ഞല്ലോ? എല്ലാവരും പോളിഷ് ഭാഷയും സംസ്കാരവും പഠിക്കണമെന്ന് വാദിക്കുന്നവരുടെ കൂട്ടത്തിലായിരുന്നു അദ്ദേഹം. ആൺകുട്ടികൾക്ക് വേണ്ടിയുള്ള ജിംനേഷ്യത്തിലായിരുന്നു അദ്ദേഹത്തിന്റെ ജോലി.

മിശേവ ഇവാനോവ് എന്ന റഷ്യക്കാരനായിരുന്നു അദ്ദേഹത്തിന്റെ സ്കൂളിലെ പ്രിൻസിപ്പൽ. റഷ്യൻ സർക്കാരിന്റെ നയങ്ങൾ നടപ്പാക്കുന്ന കാര്യത്തിൽ കർക്കശക്കാരനായിരുന്ന ഒരു ഉദ്യോഗസ്ഥനായിരുന്നു മിശേവ. സ്ക്ലോഡോവ്സ്കിയാകട്ടെ തികഞ്ഞ പോളണ്ടുകാരനും ദേശാഭിമാനിയും. എന്തായിരിക്കും സംഭവിക്കാൻ പോകുന്നതെന്ന് ഊഹിക്കാമല്ലോ?

ഇരുവരും നിരന്തരം ഏറ്റുമുട്ടിക്കൊണ്ടിരുന്നു. സ്കോളോഡോവ്സ്കി പ്രിൻസിപ്പലിന്റെ അനീതികളെ സാഹസികമായിത്തന്നെ എതിർത്തുപോന്നിരുന്നു. പ്രിൻസിപ്പലാകട്ടെ സ്ക്ലോഡോവ്സ്കിയെ കെണിയിൽ പെടുത്താൻ തക്കം നോക്കിയുമിരുന്നു.

സ്ക്ലോഡോവ്സ്കി, വീട്ടിൽ വച്ച് പലപ്പോഴും രാഷ്ട്രീയ ചർച്ചകൾ നടത്തിയിരുന്നു. ഇവാനോവിന്റെ നിഷ്കരുണമായ പെരുമാറ്റം, സൈബീരിയായിലേക്ക് നാടുകടത്തപ്പെട്ട പോളണ്ടുകാരുടെ ദുരിതങ്ങൾ, വളർന്നുവരുന്ന സ്വാതന്ത്ര്യസമര പ്രയത്നങ്ങൾ എന്നിവയൊക്കെയാണ് പലപ്പോഴും ചർച്ചകൾക്ക് വിഷയമായത്. കുഞ്ഞായിരുന്ന മേരിക്ക് അതിലെ ഗഹനമായ കാര്യങ്ങളൊന്നും അക്കാലത്ത് മനസിലായിരുന്നില്ല. എങ്കിലും തന്റെ നാടിനെക്കുറിച്ചു താൻ ജീവിക്കുന്ന സമൂഹത്തെക്കുറിച്ചും ഉള്ള അവ്യക്തമായ ചില ധാരണകൾ അവളുടെ മനസിൽ പതിയാതിരുന്നില്ല. അങ്ങനെയായിരുന്നു അവളുടെ മനസിൽ പതിയെ

പ്പതിയെ ഒരു സമരാവേശം തിളച്ചുയർന്നു വന്നത്.

മേരിയുടെ രാഷ്ട്രീയ വീക്ഷണം രൂപപ്പെട്ടതിന്റെ അടിസ്ഥാനം ഇതായിരുന്നു. അതെ, ഭാവിയിലെ നോബൽ സമ്മാന ജേതാവിന്റെ മനസിൽ ആദ്യം സ്ഥാനം പിടിച്ചത് ശാസ്ത്രത്തെ സംബന്ധിക്കുന്ന സിദ്ധാന്തങ്ങളായിരുന്നില്ല. പകരം രാഷ്ട്രീയവും ദേശസ്നേഹവുമായിരുന്നു.

മേരിയെ സ്കൂളിൽ ചേർത്ത സമയത്താണ് സ്ക്ലോഡോവ്സ്കിയും സ്കൂൾ അധികാരികളും തമ്മിലുള്ള ബന്ധം വല്ലാതെ വഷളായത്. അതിന്റെ പേരിൽ സ്ക്ലോഡോവ്സ്കിയുടെ ശമ്പളം വെട്ടിക്കുറയ്ക്കപ്പെട്ടു. വിദ്യാലയത്തോട് ചേർന്നുള്ള സർക്കാർ വക വീട്ടിലായിരുന്നു അക്കാലത്ത് അവർ താമസിച്ചിരുന്നത്. അത് ഒഴിഞ്ഞു കൊടുക്കാൻ അധികാരികൾ ആവശ്യപ്പെട്ടു. ആ കുടുംബം ഒരു വാടക വീട്ടിലേക്ക് മാറിത്താമസിക്കാൻ നിർബന്ധിതരായി.

ചെലവ് കൂടി.

ഇനി വീട്ടുവാടകയും കണ്ടെത്തണം.

വരവ് കുറഞ്ഞു.

ശമ്പളം വെട്ടിക്കുറയ്ക്കപ്പെട്ടല്ലോ?

അക്കാലത്ത് മേരിയുടെ അമ്മ ജീവിച്ചിരുപ്പുണ്ട്. അവരുടെ രോഗമാണെങ്കിൽ കൂടിക്കൂടി വരുന്നു. അപ്പോളാണ് അധികവരുമാനത്തിനുള്ള മാർഗമായി സ്ക്ലോഡോവ്സ്കി തന്റെ വീട്ടിൽ പേയിംഗ് ഗസ്റ്റുകളെ താമസിപ്പിച്ചു തുടങ്ങിയത്. സാമ്പത്തികമായി തകർന്ന ഈ സ്ഥിതിയിൽ കഴിയുന്ന സമയത്താണ് കഴിഞ്ഞ അധ്യായങ്ങളിൽ സൂചിപ്പിച്ച, ആശ്രിതനായി വന്ന കുടുംബബന്ധു സ്വത്തെല്ലാം നശിപ്പിച്ചത്.

ആദ്യം സാമ്പത്തിക തകർച്ച

പിന്നെ മൂത്തമകളുടെ മരണം...

അതിന്റെ പിന്നാലെ ഭാര്യയുടെ വേർപാട്...

എല്ലാം കൂടി സ്ക്ലോഡോവ്സ്കിയെ വല്ലാതെ തകർത്തുകളഞ്ഞു. അതിനിടയിലാണ് കുട്ടികളുടെ സ്കൂൾ പഠനം പൂർത്തിയായത്. തന്റെ പെൺമക്കളെ വിദേശത്തയച്ച് പഠിപ്പിക്കാൻ കഴിയുന്നില്ലല്ലോ എന്ന ദുഃഖം അദ്ദേഹത്തെ തീവ്രമായി അലട്ടിയിരുന്നു. ഇതിനിടയിൽ ഹെലനയ്ക്ക് ഒരു വിവാഹാലോചന വന്നു. പക്ഷേ, സാമ്പത്തിക പ്രയാസങ്ങൾ കാരണം അതു മുടങ്ങി.

ജീവിത പ്രയാസങ്ങൾ നേരിട്ടപ്പോഴൊക്കെ മേരി പുസ്തകത്തെയാണ് അഭയം പ്രാപിച്ചതെന്ന് നമ്മൾ നേരത്തേ കണ്ടു. പിതാവിൽ നിന്ന് കിട്ടിയ പാരമ്പര്യം തന്നെയായിരുന്നു ഇതും. ദുരിതാനുഭവങ്ങൾ തീർത്ത വേദനകൾ മറക്കാൻ സ്ക്ലോഡോവ്സ്കിയും പുസ്തകങ്ങളെയാണ് ആശ്രയിച്ചിരുന്നത്. ചില ഇംഗ്ലീഷ് നോവലുകൾ അദ്ദേഹം പോളിഷ് ഭാഷയിലേക്ക് വിവർത്തനം ചെയ്യുക പോലുമുണ്ടായി.

അമ്മയുണ്ടായിരുന്നപ്പോഴും കുട്ടികൾക്ക് കൂടുതൽ അടുപ്പം അച്ഛനോടായിരുന്നു. അമ്മയുടെ മരണശേഷം അത് കുറച്ചുകൂടി വിപുലമാ

യി. വൈകുന്നേരങ്ങളിൽ അച്ഛനും മക്കളും ഒന്നിച്ചിരുന്ന് വിവിധ വിഷയങ്ങളെക്കുറിച്ച് ചർച്ചകൾ നടത്തും. മിക്കവാറും സാഹിത്യകാര്യങ്ങളാണ് അവർ ചർച്ച ചെയ്തിരുന്നത്. ഇത്തരം ചർച്ചകളിലെല്ലാം മക്കളെ വിദേശത്തയയ്ക്കാൻ കഴിഞ്ഞില്ലല്ലോ എന്ന ദുഃഖം സ്ക്ലോഡോവ്സ്കി കുട്ടികളുമായി പങ്ക് വയ്ക്കും.

ആയിടെ ചില കാര്യങ്ങൾ പുതുതായി നടന്നു. ജോസഫ് വൈദ്യവിദ്യാഭ്യാസം പൂർത്തിയാക്കി. ഹെലന ഒരു സ്കൂളിൽ സംഗീത അധ്യാപികയായി ചേർന്നു.

മേരിക്കും ബ്രോണിയായ്ക്കുമാകട്ടെ ഉന്നത വിദ്യാഭ്യാസത്തിനുള്ള ആഗ്രഹം വർധിച്ചുവന്നു. പക്ഷേ, അതിന് പണം വേണം. ഇരുവരും അടുത്തുള്ള സമ്പന്ന ഗൃഹങ്ങളിലെ കുട്ടികൾക്ക് ട്യൂഷനെടുക്കാൻ തുടങ്ങി. കഴിയുന്നത്ര പണം സമ്പാദിക്കുകയായിരുന്നു ലക്ഷ്യം. സ്വർണമെഡൽ നേടി സ്കൂൾ ഫൈനൽ വിജയിച്ച മിടുക്കികളായ സഹോദരിമാരുടെയടുത്ത് കുട്ടികളെ ട്യൂഷന് വിടാൻ രക്ഷിതാക്കൾക്ക് സന്തോഷമേയുണ്ടായിരുന്നുള്ളൂ. പക്ഷേ, അതുകൊണ്ട് മേരിയുടെയും ബ്രോണിയായുടെയും ആവശ്യങ്ങൾ നടക്കുമായിരുന്നില്ല.

ഇതിനിടെ രഹസ്യവിദ്യാഭ്യാസ സംഘത്തിന്റെ പ്രവർത്തനം വ്യാപകമായി. മേരിയും ബ്രോണിയായും അതിൽ ചേർന്നു. അപകടം പിടിച്ച പണിയാണിത്. ക്യൂനിക്കിന്റെ സഹോദരന്റെ അനുഭവം മുന്നിലുണ്ട്. സ്വന്തം പിതാവിന്റെ ദുരിതവും മുന്നിലുണ്ട്. പക്ഷേ, മേരി പതറിയില്ല. ബ്രോണിയായും. തൊഴിലാളികളും പാവങ്ങളുമായ ജനങ്ങൾ തിങ്ങിപ്പാർക്കുന്ന പ്രദേശങ്ങളിൽ അവർക്ക് വേണ്ടി ക്ലാസുകൾ സംഘടിപ്പിക്കുക, രഹസ്യവിദ്യാഭ്യാസ സംഘത്തിന്റെ ആശയങ്ങൾ അടങ്ങുന്ന ലഘുലേഖകൾ പ്രചരിപ്പിക്കുക എന്നിവയായിരുന്നു മുഖ്യ പ്രവർത്തനങ്ങൾ.

പോളണ്ട് സ്വതന്ത്രമാക്കാൻ സമഗ്രമായ ഒരു വിദ്യാഭ്യാസ പദ്ധതി ആവശ്യമാണെന്ന് മനസിലാക്കിയ ചില പ്രഗൽഭ ശാസ്ത്രജ്ഞന്മാർ ചേർന്ന് ഒരു ഫ്ളോട്ടിംഗ് സർവകലാശാല രൂപപ്പെടുത്തിയിരുന്നു. പോളണ്ടിലെ ജനങ്ങൾക്ക് അവരുടെ ചരിത്രത്തിലും സംസ്കാരത്തിലും ഭാഷയിലും ഉണ്ടായിരിക്കേണ്ട അറിവുകൾ രഹസ്യമായി നൽകുക എന്നതായിരുന്നു ഫ്ളോട്ടിംഗ് സർവകലാശാലയുടെ പ്രവർത്തന രീതി. അറിയാവുന്നവർ അറിവില്ലാത്തവരെ പഠിപ്പിക്കുകയെന്ന രീതിയാണ് അവർ അവലംബിച്ചത്. മേരിയും ബ്രോണിയായും അതിൽ ചേർന്ന് പഠിക്കാനും തുടങ്ങി.

മേരിയിലേക്കും ബ്രോണിയായിലേക്കും നമുക്ക് പിന്നീട് വരാം. സ്ക്ലോഡോവ്സ്കിയെക്കുറിച്ച് ഇതുകൂടി കേൾക്കൂ.

1888 ലാണ് അദ്ദേഹം അധ്യാപക വൃത്തിയിൽ നിന്ന് വിരമിക്കുന്നത്. തുടർന്ന് അദ്ദേഹം തടവുപുള്ളികളെ പഠിപ്പിക്കുന്ന ജോലി ഏറ്റെടുത്തു. ആ ജോലി സ്കൂൾ അധ്യാപക ജോലിക്കുണ്ടായിരുന്നയത്രയും മാന്യതയോ അന്തസ്സോ ഉണ്ടായിരുന്നില്ല. എന്നാലും ശമ്പളം കൂടുതൽ

മേരി ക്യൂറിയും ബ്രോണിയായും

ഉണ്ടായിരുന്നു. അത് അദ്ദേഹത്തിനും മക്കൾക്കും വലിയ സഹായകമായി.

സ്ക്ലോഡോവ്സ്കി ജോലിയിൽ നിന്ന് വിരമിക്കുന്നതിന് മൂന്ന് കൊല്ലം മുമ്പാണ് ബ്രോണിയ പാരീസിലേക്ക് പഠിക്കാനായി പോകുന്നത്. ട്യൂഷൻ കൊണ്ട് മാത്രം പണമുണ്ടാക്കാൻ കഴിഞ്ഞില്ല എന്ന് നേരത്തേ പറഞ്ഞല്ലോ? ആവശ്യമായ പണം എവിടെ നിന്നുണ്ടാകും? മേരി കൊടുക്കും എന്ന് എങ്ങിനെ വാഗ്ദാനം ചെയ്യും.

മേരിക്ക് എവിടെ നിന്നാണ് പണം?

അവൾ ജോലി ചെയ്ത് ഉണ്ടാക്കും.

ട്യൂഷനെടുത്തും കുട്ടികളെ പരിചരിച്ചും കണ്ടെത്തും!

ഇതിനോട് പക്ഷേ ബ്രോണിയായ്ക്ക് ആദ്യം യോജിപ്പില്ലായിരുന്നു. താൻ ജോലി ചെയ്യാം അനുജത്തി പഠിക്കട്ടെ എന്നായിരുന്നു ബ്രോണിയായുടെ തീരുമാനം.

"അതു പറ്റില്ല." മേരി പറഞ്ഞു. "ചേച്ചിയല്ലേ മൂത്തയാൾ ചേച്ചി പഠിക്കണം. ഞാൻ സഹായിക്കാം. പഠനം കഴിഞ്ഞ് ജോലി കിട്ടുമ്പോൾ ചേച്ചി തിരികെ എന്നെ സഹായിച്ചാൽ മതി."

ഇതായിരുന്നു മേരിയുടെ അഭിപ്രായം.

ഒടുവിൽ ബ്രോണിയാ സമ്മതിച്ചു.

വൈദ്യവിദ്യാഭ്യാസം നേടുകയായിരുന്നു ബ്രോണിയായുടെ ലക്ഷ്യം. അവൾ പാരീസിലേക്ക് യാത്രയായി. "എങ്ങനെയും ചേച്ചിക്കാവശ്യമായ പണം കണ്ടെത്തണം." മേരി തീരുമാനിച്ചു.

അവൾ കഠിനാധ്വാനം ചെയ്യാൻ തയാറായി. ഉറച്ചൊരു തീരുമാനം.

4

ദുരിതങ്ങളുടെ ഒമ്പത് വർഷങ്ങൾ

സത്യത്തിൽ മേരിയുടെ ദുരിതങ്ങൾ വർധിക്കുകയായിരുന്നു.

മേരി വലഞ്ഞുപോവുകതന്നെ ചെയ്തു.

അത്തരം അനുഭവങ്ങളാണ് മേരിയെ കാത്തിരുന്നത്.

പണമുണ്ടാക്കണം. ചേച്ചിയെ സഹായിക്കണം. തുടർന്ന് തനിക്കും പാരീസിലേക്ക് പോകണം, ഉന്നത വിദ്യാഭ്യാസം നേടണം.

എന്താണ് വഴി?

മേരി ആലോചിച്ചു.

ഒരു ധനിക ഗൃഹത്തിൽ കുട്ടികളെ പരിചരിക്കുന്ന ജോലി അവൾക്ക് കിട്ടി. ഒരു വക്കീലിന്റെ വീടായിരുന്നു അത്. കരാക്കോവ് എന്ന സ്ഥലത്ത്. ജോലിയെക്കുറിച്ചോർത്ത് മേരിക്ക് ദുഃഖമില്ലായിരുന്നു. ചെറിയ ശമ്പളമേ ഉണ്ടായിരുന്നുള്ളൂ. പക്ഷേ, അത് കൃത്യമായി ലഭിക്കും. ആഹാരവും താമസസൗകര്യവും വീട്ടുകാർ നൽകും. മേരിക്ക് സന്തോഷമായിരുന്നു, ആ ജോലി ഏറ്റെടുക്കാൻ.

അച്ഛനെയും സഹോദരങ്ങളെയും പിരിഞ്ഞുപോകണം എന്നത് മാത്രമായിരുന്നു പ്രശ്നം. എങ്കിലും മേരി ആ ജോലി സ്വീകരിക്കുക തന്നെ ചെയ്തു. കുറച്ചുകാലമേ മേരി അവിടെ ജോലി ചെയ്തിരുന്നുള്ളൂ. പിന്നെ മറ്റൊരു വീട്ടിലേക്ക് മാറി. സീഷാനോവ് എന്ന സ്ഥലത്തായിരുന്നു അത്. ഒരു വലിയ ഭൂഉടമയുടെ വീട്. നമ്മുടെ നാട്ടിലെ ജന്മി എന്നൊക്കെ പറയാവുന്നതുപോലെ. സൊറോസ്കി എന്നായിരുന്നു കുടുംബനാഥന്റെ പേര്. അയാൾ സ്ക്ലോഡോവ്സ്കിയുടെ ഒരു അകന്ന ബന്ധു കൂടിയായിരുന്നു. അവിടെയും മേരി സന്തോഷത്തോടെ ജോലി ചെയ്തു.

സൊറോസ്കി കുടുംബത്തിൽ ജോലി ചെയ്യുമ്പോൾ ഒരു സംഭവമുണ്ടായി. സൊറോസ്കിക്ക് ഒരു മകൻ ഉണ്ടായിരുന്നു. കാസിമേഴ്സ്

സൊറോസ്കി എന്നായിരുന്നു അയാളുടെ പേര്. ഈ കാസിമേഴ്സ് സോറോസ്കിയെക്കുറിച്ച് മുമ്പ് സൂചിപ്പിച്ചിരുന്നു. അദ്ദേഹത്തെക്കുറിച്ച് കൂടുതലറിയൂ.

ആളൊരു ഗണിത വിദ്യാർഥിയായിരുന്നു. മേരി എത്തുമ്പോൾ അയാൾ ഗണിതശാസ്ത്രത്തിൽ ഉന്നത വിദ്യാഭ്യാസം ചെയ്യുകയായിരുന്നു.

സൊറോസ്കിക്ക് മേരിയോട് ഇഷ്ടം തോന്നി. മേരി സുന്ദരിയായിരുന്നുവല്ലോ? ബുദ്ധിമതിയും. ശാസ്ത്രത്തിൽ താൽപ്പര്യമുള്ളയാളും. പോരെങ്കിൽ തന്റെ കുടുംബബന്ധുകൂടിയാണ്. മേരിയെ വിവാഹം ചെയ്താലെന്താ എന്നായിരുന്നു അയാളുടെ ആലോചന.

മേരിയുടെ മനസും ഇളകിപ്പോയെന്ന് വേണം വിചാരിക്കാൻ. പാരീസും സോർബോൺ സർവകലാശാലയും ശാസ്ത്രപഠനവുമൊക്കെ അവൾ തൽക്കാലത്തേക്ക് മാറ്റിവച്ചിട്ടുണ്ടാകണം. പക്ഷേ, മേരിയുടെ ഭാഗത്ത് നിന്ന് ചിന്തിക്കുമ്പോഴും ഇതിൽ തെറ്റൊന്നും പറയാനാവില്ല. സൊറോസ്കിയും സുന്ദരനാണ്. അതിലുപരി ബുദ്ധിമാനാണ്. ഗണിതശാസ്ത്രം പഠിക്കുന്നു. ഗണിതശാസ്ത്രത്തിൽ ഉന്നത വിദ്യാഭ്യാസം ചെയ്യുകയാണ്. മേരിക്കും ഉണ്ട് ശാസ്ത്ര കമ്പം. രണ്ടുപേരും ചേരും. പോരെങ്കിൽ അച്ഛന്റെ ബന്ധുവും. ഉയർന്ന സാമ്പത്തിക ശേഷിയും ഉണ്ട്.

സൊറോസ്കി തന്റെ തീരുമാനം മാതാപിതാക്കളോട് പറഞ്ഞു!

മാതാപിതാക്കൾ ക്ഷുഭിതരായി

"വേലക്കാരിയെ കല്യാണം കഴിക്കുകയോ?"

അവർക്ക് അത് ചിന്തിക്കാനേ ആകുമായിരുന്നില്ല.

കാര്യമൊക്കെ ശരി.

പെൺകുട്ടി സുന്ദരിയാണ്.

ബുദ്ധിമതിയും.

കുടുംബബന്ധുവുമാണ്.

പക്ഷേ, സാമ്പത്തികമായി തകർന്ന കുടുംബത്തിലെ അംഗം. കൈയിൽ ഒരു "ചില്ലിപ്പൈസ"യില്ല. അങ്ങനെ ആ പ്രണയം തകർന്നു.

എന്തായാലും സോറോസ്കിയുടെ പ്രണയം കൊണ്ട് മേരിക്ക് തന്റെ ജോലി നഷ്ടമായി എന്നത് മാത്രമായിരുന്നു അനന്തരഫലം.

പിരിഞ്ഞ് പോകുമ്പോഴും സൊറോസ്കിയോടുള്ള തന്റെ ഇഷ്ടം മേരി ഉള്ളിൽ സൂക്ഷിച്ചിരുന്നു.

എന്താണ് ഈ സംഭവം നമുക്ക് തരുന്ന പാഠം?

ലോകത്തെവിടെയും സമ്പന്നനും ദരിദ്രനും തമ്മിലുള്ള വിടവ് ഉണ്ട്. അത് വളരെ വലുതുമാണ്. സമ്പന്നർ ദരിദ്രരോട് അത്ര പെട്ടെന്നൊന്നും ദയയോ കാരുണ്യമോ കാട്ടുകയില്ല. രണ്ട് വിഭാഗവും രണ്ട് വ്യത്യസ്ത ധ്രുവങ്ങളിലാണ് നിലനിൽക്കുന്നത്.

മറ്റൊന്നുകൂടിയുണ്ട്.

ലോകത്തെവിടെയും സ്ത്രീകൾ അനുഭവിക്കുന്ന അവഗണനയും

വിവേചനവും ഒന്നുതന്നെയാണ്. ദരിദ്രസ്ത്രീകൾ ഇരട്ട അവഗണനയാണ് സഹിക്കുന്നത്. ദരിദ്രർ എന്ന തലത്തിലുള്ള അവഗണനയും സ്ത്രീ എന്ന തലത്തിലുള്ള അവഗണനയും. മേരിയുടെ ജീവിതത്തേയും പല തലങ്ങളിൽ നിന്ന് നോക്കിക്കാണാൻ ഈ സംഭവം നമ്മെ പ്രേരിപ്പിക്കുന്നു.

എന്തായാലും ജോലി നഷ്ടപ്പെട്ടു. മറ്റൊരു ജോലി കണ്ടെത്തണം. സോപോട്ട് എന്നൊരു സ്ഥലമുണ്ട്. ബാൾട്ടിക്ക് കടൽ തീരത്താണ്. അവിടെ ഒരു സമ്പന്ന ഗൃഹത്തിൽ മേരിക്ക് ജോലി കിട്ടി. മേരി അങ്ങോട്ടു മാറി. ഒരിടത്ത് നിന്ന് മറ്റൊരിടത്തേക്കുള്ള അലച്ചിലുകൾ മേരിയെ വലച്ചു. ആ അലച്ചിലിനിടയിലെല്ലാം മേരി ബ്രോണിയായ്ക്ക് പണം അയച്ചു കൊടുത്തുകൊണ്ടിരുന്നു.

മേരിയുടെ ജീവിതത്തിൽ പുതിയ പുതിയ സംഭവങ്ങൾ ഉണ്ടായിക്കൊണ്ടിരുന്നു.

ജീവിതമല്ലേ, അതൊരിക്കലും ഒരേ ദിശയിൽ കയറ്റിറക്കങ്ങളില്ലാതെ ഒഴുകുകയില്ലല്ലോ?

ഇക്കാലത്താണ് മേരിയുടെ അച്ഛൻ ജോലിയിൽ നിന്ന് വിരമിക്കുന്നത്. അത് നമ്മൾ നേരത്തേ പറഞ്ഞ കാര്യമാണ്. അദ്ദേഹം മറ്റൊരു ജോലി സ്വീകരിച്ചതായും നമ്മൾ പറഞ്ഞു. അത് കൂടുതൽ ശമ്പളം കിട്ടുന്ന ഒന്നായിരുന്നു.

മേരിക്ക് അതൊരാശ്വാസമായി.

ഇപ്പോൾ ബ്രോണിയാക്ക് ആവശ്യമുള്ള പണം സ്ക്ലോഡോവ്സ്കി തന്നെ അയയ്ക്കും എന്ന് വന്നു. മേരി പക്ഷേ, വെറുതെയിരുന്നില്ല. രഹസ്യ വിദ്യാഭ്യാസ സംഘത്തിൽ കൂടുതൽ സമയം ചെലവഴിക്കാൻ മേരി തീരുമാനിച്ചു.

ഇതിന് മറ്റൊരു കാരണം കൂടിയുണ്ടായിരുന്നു.

ഇക്കാലത്ത് മേരി രണ്ട് തരം ജീവിതങ്ങൾ കണ്ടു.

ഒന്ന് താൻ ജോലി ചെയ്ത കുടുംബങ്ങളിലെ അഭിജാത ജീവിതം. മറ്റുള്ളവരെ മാനിക്കാത്ത ഗർവും ആഡംബരവും നിറഞ്ഞ ജീവിതശൈലി.

“സമ്പത്തിന് മനുഷ്യനെ തരം താഴ്ത്താൻ കഴിയുമെന്ന് ഞാൻ പഠിച്ചു.” എന്നാണ് ഇതേക്കുറിച്ച് മേരി തന്റെ സുഹൃത്ത് കാസിയക്ക് ഒരിക്കൽ എഴുതിയത്.

എന്താ കാരണം?

വലിയ ആളുകൾ. മാതൃഭാഷ പഠിക്കാൻ പോലും കുട്ടികളെ അനുവദിക്കുന്നില്ല.

അവർക്ക് ധാരാളം ജോലിക്കാർ ഉണ്ട്.

പക്ഷേ, കൃത്യമായി ശമ്പളം കൊടുക്കാറില്ല.

തൊഴിലാളികൾക്ക് തങ്ങളുടെ കാരുണ്യം കൊണ്ട് ജോലി നൽകി എന്നാണവരുടെ ഭാവം.

അതാണ് മേരി പറഞ്ഞത്. “സമ്പത്ത് മനുഷ്യനെ തരംതാഴ്ത്തും.”

ഈ പ്രമാണം മേരി ജീവിതകാലം മുഴുവൻ പാലിച്ചിരുന്നു. ജീവിതത്തിന്റെ എല്ലാ ഘട്ടങ്ങളിലും ലളിത ജീവിതം നയിക്കാൻ മേരിയെ പ്രാപ്തയാക്കിയത് ഈ പ്രമാണമായിരുന്നു.

മേരി രണ്ടുതരം ജീവിതം കണ്ടുവെന്ന് പറഞ്ഞല്ലോ?

രണ്ടാമത്തേത് ദരിദ്രരുടെയും തൊഴിലാളികളുടെയും ജീവിതമായിരുന്നു. നാട്ടിൻപുറത്തെ പട്ടിണിക്കാരായ ജനങ്ങളുടെ ജീവിതം.

വിദ്യാവിഹീനരായ കുട്ടികൾ.

അഴുക്കിലും ചെളിയിലും പുതഞ്ഞ് കഴിയുന്നവർ.

ഇവിടമാണ് രഹസ്യ വിദ്യാഭ്യാസ കേന്ദ്രങ്ങളായി മാറേണ്ടത്. പട്ടണത്തിലെ ജനങ്ങളെക്കാൾ കൂടുതലായി ശ്രദ്ധ വേണ്ടത് ഇവിടെയാണ്.

അങ്ങനെ ഫ്ളോട്ടിംഗ് സർവകലാശാലയിൽ മേരി കൂടുതൽ സജീവമായി. പല സ്ഥലങ്ങളിലും രഹസ്യവിദ്യാഭ്യാസ കേന്ദ്രങ്ങൾ തുറന്നു. കൂടുതൽ ഗ്രാമീണർ പഠിക്കാനെത്തി. മേരി തന്നെ പലയിടത്തും കാൽനടയായി എത്തി. ക്ലാസുകളിൽ വിദ്യാഭ്യാസത്തിന്റെ ആവശ്യകത ഊന്നിപ്പറഞ്ഞു.

ഈ പ്രവർത്തനത്തിൽ മേരിക്ക് പണമൊന്നും കിട്ടിയിരുന്നില്ല. പക്ഷേ അവൾ തന്റെ രാജ്യത്തെ ദരിദ്രരായ ആളുകൾക്കിടയിൽ വിജ്ഞാനം പ്രചരിപ്പിക്കുകയാണ്. അതിലവൾക്ക് അഭിമാനം തോന്നി.

പക്ഷേ അതിനിടയിലും ഹൃദയം അസ്വസ്ഥമാകുന്നതായി മേരിക്ക് തോന്നി. അകാലത്തിൽ പൊലിഞ്ഞുപോയ പ്രിയ ചേച്ചി സോഫിയ, കൗമാരത്തിലേ തനിക്ക് നഷ്ടപ്പെട്ട അമ്മ, രോഗിയായ അച്ഛൻ, തനിക്ക് ഇനിയും കൈവന്നിട്ടില്ലാത്ത ശാസ്ത്ര വിദ്യാഭ്യാസം, മൈലുകൾക്കപ്പുറത്ത് ഭാവി ജീവിതത്തിലേക്ക് ഒരു തെളിച്ചമുണ്ടാക്കാൻ ശ്രമിക്കുന്ന ബ്രോണിയ, തുടക്കത്തിലേ ഭീകരമാം വണ്ണം തിരിച്ചടി നൽകിയ പ്രണയം...

ഇങ്ങനെ എത്രയെത്ര കാര്യങ്ങളാണ് മേരിയുടെ മനസിനെ മഥിക്കാനുള്ളത്!

യൗവനത്തിന്റെ ആദ്യപടിയിൽ നിൽക്കുന്ന ഒരു പെൺകുട്ടിയുടെ മനസ്സ് അസ്വസ്ഥമാകുവാൻ ഇത്രയൊക്കെ പോരേ?

അതിനിടെ മനസിന് സന്തോഷമുളവാക്കുന്ന മറ്റൊരു സംഭവമുണ്ടായി. 'മ്യൂസിയം ഓഫ് ഇൻഡസ്ട്രി ആൻഡ് ആഗ്രിക്കൾച്ചർ' എന്നൊരു ലബോറട്ടറിയുണ്ടായിരുന്നു അക്കാലത്ത്. അവിടെ മേരിയും ഒരു പരിശീലനത്തിന് ചേർന്നു. അത് മേരിക്ക് വളരെ സന്തോഷകരമായ ഒന്നായിരുന്നു. പ്രായോഗികമായി ശാസ്ത്രപരിശീലനം നടത്താമല്ലോ എന്നായിരുന്നു അപ്പോൾ മേരിയുടെ ചിന്ത. ഈ മ്യൂസിയം നടത്തിയിരുന്നത് ജോസഫ് ബോഹസ്കി എന്നൊരാളായിരുന്നു.

ബോഹസ്കിയെക്കുറിച്ച് രണ്ട് കാര്യങ്ങൾ പറയണം. ഒന്ന് ബോഹസ്കി മേരിയുടെ ഒരു കസിനായിരുന്നു എന്നതാണ്. രണ്ടാമത്തെ

മെൻഡലീയേവ്

കാര്യം അയാൾ ഒരു ശാസ്ത്രജ്ഞനായിരുന്നു എന്നതും. വെറുതെ ശാസ്ത്രജ്ഞൻ എന്ന് പറഞ്ഞാൽ പോര. ദിമിത്രി മെൻഡിലിയേവ് എന്ന വലിയ ശാസ്ത്രജ്ഞന്റെ അസിസ്റ്റന്റ് ആയിരുന്നു ബോഹസ്കി.

മെൻഡലിയേവിനെ നിങ്ങൾക്കറിയാം.

ആരാണ് മെൻഡലിയേവ്?

മൂലകങ്ങളെ തരം തിരിച്ച് ആവർത്തനപ്പട്ടിക തയ്യാറാക്കിയത് മെൻഡലീയേവ് ആണ്.

പ്രശസ്തനും പ്രഗല്ഭനും ആയിരുന്നു മെൻഡലിയേവ്.

നോക്കൂ, കാലം മേരിക്ക് വേണ്ടി ഒളിപ്പിച്ചിരിക്കുന്ന യാദൃശ്ചികതകൾ.

പിതാവ് ശാസ്ത്ര അധ്യാപകൻ.

ആദ്യ പ്രണയത്തിലെ സുഹൃത്ത് ഗണിത ശാസ്ത്രവിദഗ്ധൻ.

ജോലി തേടിയെത്തിയത് ഒരു ശാസ്ത്രജ്ഞന്റെ സമീപത്ത്.

എന്നാൽ ഇതിനേക്കാളൊക്കെ എത്രയോ വലിയ അത്ഭുതമാണ് കാലം മേരിക്ക് വേണ്ടി കാത്തു വച്ചിരുന്നത് എന്ന് നമുക്ക് വഴിയേ മനസിലാകും.

ഏതാനും വർഷം കടന്നുപോയി

1890

മേരിക്ക് ബ്രോണിയായുടെ ഒരു കത്ത് കിട്ടി.

ബ്രോണിയ പഠനം പൂർത്തിയാക്കിയിരിക്കുന്നു. വൈദ്യബിരുദം കിട്ടിക്കഴിഞ്ഞു. അവളിപ്പോൾ ഒരു ഡോക്ടറാണ്.

മറ്റൊരു കാര്യം കൂടിയുണ്ട്.

പാരീസിൽ വച്ച് ബ്രോണിയ ഒരു യുവാവിനെ പരിചയപ്പെട്ടു. ആളൊരു പോളണ്ടുകാരനാണ്. പേര് കസമേഴ്സ് ഡ്ളസ്കി. പോളണ്ടിന്റെ സ്വാതന്ത്ര്യസമരത്തിൽ പങ്കെടുത്തതിന് നാട് കടത്തപ്പെട്ട ഒരാളാണ്.

ഡ്ളസ്കിയും ഒരു ഡോക്ടറാണ്.

ഡ്ളസ്കിയേക്കുറിച്ച് ബ്രോണിയ ആദ്യമായല്ല മേരിക്ക് എഴുതുന്നത്. നേരത്തേ തന്നെ പല കത്തുകളിലും ബ്രോണിയാ ഇയാളെ കുറിച്ച് എഴുതിയിരുന്നു.

ഇപ്പോൾ ബ്രോണിയ ഡ്ളസ്കിയെ വിവാഹം കഴിച്ചിരിക്കുന്നു.

പക്ഷേ, ഇതല്ല കത്തിലെ പ്രധാന കാര്യം.

ബ്രോണിയ മേരിയെ പാരീസിലേക്ക് ക്ഷണിക്കുകയാണ്.

ഇത്ര കാലവും ബ്രോണിയായ്ക്ക് പഠിക്കാനുള്ള പണം എത്തിച്ചു കൊടുത്തത് മേരിയായിരുന്നുവല്ലോ? ഇപ്പോഴിതാ ബ്രോണിയാ പഠനം പൂർത്തിയാക്കിയിരിക്കുന്നു

വിവാഹിതയായി.

തൊഴിലും നേടിയിരിക്കുന്നു

ബ്രോണിയാക്ക് തന്റെ കടം വീട്ടാനുള്ള സമയമാണ്.

അതുകൊണ്ട് മേരി പാരീസിലേക്ക് ചെല്ലണം. ബ്രോണിയായോടൊപ്പം താമസിച്ച് പഠിക്കാം.

ഇതായിരുന്നു കത്തിലെ ഉള്ളടക്കം.

മേരിക്ക് സന്തോഷം തോന്നി.

അടുത്ത നിമിഷം തന്നെ സങ്കടവും.

പാരീസിലേക്ക് പോകണമെന്നുണ്ട്.

പക്ഷേ, വയ്യ.

എന്തുകൊണ്ട് വയ്യ?

പോകാതിരിക്കാൻ ഒന്നല്ല രണ്ട് കാരണങ്ങളുണ്ടായിരുന്നു മേരിക്ക്.

അങ്ങനെ വരുമോ?

കാത്ത് കാത്തിരുന്ന് പാരീസിൽ പോയി ശാസ്ത്രം പഠിക്കാൻ കിട്ടിയ അവസരമാണ്. എന്താണ് മേരിയെ അതിൽ നിന്ന് തടയുന്നത്?

നമുക്ക് നോക്കാം.

ഒന്നാമത്തെ കാരണം സ്ക്ലോഡോവ്സ്കി തന്നെ. അച്ഛന് വയസായിരിക്കുന്നു. രോഗിയുമാണ്. ഒരാളുടെ സാമീപ്യവും പരിചരണവും ആവശ്യമാണ്. മേരി നോക്കുന്നതു പോലെ മറ്റാര് നോക്കിയാലും ശരിയാവില്ല.

അച്ഛനെ വിട്ടുപോവാൻ വയ്യ!

മറ്റൊരു കാരണം കൂടിയുണ്ട്.

മനസിന്റെ കോണിലെവിടെയോ സൊറോസ്കിയോടുള്ള ഇഷ്ടം ഇപ്പോഴുമുണ്ട്. പോളണ്ട് വിട്ടുപോവുക എന്ന് പറഞ്ഞാൽ സൊറോസ്കിയെ പൂർണമായി ഉപേക്ഷിക്കുകയെന്നാണർഥം.

മേരിക്ക് പോളണ്ട് വിട്ടു പോകാൻ വയ്യ.

എന്തായാലും മേരി മ്യൂസിയത്തിലെ പരിശീലനം മതിയാക്കി അച്ഛനടുത്തേക്ക് മടങ്ങാൻ തീരുമാനിച്ചു. കുറച്ചുകാലം അച്ഛനോടൊപ്പം കഴിയാം.

അങ്ങനെ പിന്നെയും ഒരു വർഷം കൂടി കടന്നുപോയി.

അപ്രതീക്ഷിതമായി ഒരു ദിവസം സൊറോസ്കിയുടെ ഒരു കത്തു വന്നു. എത്ര പ്രതീക്ഷയോടെയായിരിക്കും മേരി ആ കത്ത് തുറന്ന് വായിച്ചതെന്ന് നമുക്ക് ഊഹിക്കാവുന്നതേയുള്ളൂ.

പക്ഷേ, മേരിയുടെ എല്ലാ പ്രതീക്ഷകളും തെറ്റി. തനിക്ക് അച്ഛന്റെ വാക്കുകളെ ധിക്കരിക്കാനാവില്ലെന്നും അതിനാൽ മേരിയുമായുള്ള

വിവാഹം നടക്കുകയുമില്ലെന്നായിരുന്നു ആ കത്തിന്റെ ഉള്ളടക്കം. മേരിയുമായുള്ള ബന്ധത്തിൽ നിന്ന് പൂർണമായും ഒഴിവാകുകയാണെന്നും മേരിയോടുള്ള ഇഷ്ടം താൻ അവസാനിപ്പിക്കുകയാണെന്നും സൊറോസ്കി കത്തിൽ തുറന്ന് എഴുതി.

കത്ത് വായിച്ച് കഴിഞ്ഞുള്ള മേരിയുടെ മാനസീകാവസ്ഥയേക്കുറിച്ച് നമ്മളിപ്പോൾ ആലോചിക്കേണ്ട. യഥാർഥത്തിൽ ഒരു വലിയ ദൗത്യം നിർവഹിക്കുന്നതിൽ മേരിക്കുണ്ടായിരുന്ന തടസ്സം ഒഴിവാക്കുകയാണ് കാലം ഇതിലൂടെ ചെയ്തത്.

ഒരു ബന്ധനം അഴിഞ്ഞുവീണു എന്ന് നമുക്ക് ഇപ്പോൾ ആ സംഭവത്തെ വ്യാഖ്യാനിക്കാം.

ഒപ്പം മറ്റൊരു വാർത്തകൂടി പരന്നു.

പൊലീസ് മേരിയെ അറസ്റ്റ് ചെയ്തേക്കുമെന്നായിരുന്നു ആ വാർത്ത.

രഹസ്യ വിദ്യാഭ്യാസ സംഘത്തെക്കുറിച്ചുള്ള വിവരങ്ങൾ പൊലീസിന് ലഭിച്ചിരുന്നു. പൊലീസ് അതിന്റെ അംഗങ്ങളെ വേട്ടയാടാൻ തുടങ്ങിയിരിക്കുകയാണ്. മേരിയേയും അറസ്റ്റ് ചെയ്തേക്കാം. ഇനി പോളണ്ടിൽ സുരക്ഷിതയായി തുടരാനാവില്ല. പൊലീസിന്റെ പിടിയിൽ പെട്ടേക്കാം.

പൊലീസിന്റെ കൈയിൽ പെട്ടാൽ എന്തായിരിക്കും അനുഭവം എന്ന് പറയാനാവില്ലല്ലോ?

കാലം 1891.

വീണ്ടും ബ്രോണിയായുടെ കത്ത്.

“മേരി നീ നിന്റെ ഭാവിയേക്കുറിച്ച് ആലോചിക്കണം. വണ്ടിക്കൂലി ശരിയാക്കി പാരീസിലേക്ക് വരൂ... ഞങ്ങളോടൊപ്പം താമസിച്ച് പഠനം തുടരാം.”

മേരിക്ക് പോകാതിരിക്കാനാവില്ല.

പൊലീസിന്റെ പിടിയിൽ പെടാതിരിക്കാനെങ്കിലും പോയേ പറ്റൂ.

ശരിയാണ്.

പോകാതിരിക്കാനാവില്ലല്ലോ!

കാലം വിളിയ്ക്കുകയാണ്.

ശാസ്ത്രത്തിന്റെ രാജകുമാരീ വരൂ.

ദുരിതങ്ങളുടെ ചിപ്പി ഭേദിച്ച് മുത്തായ് വിളയാൻ വരൂ.

ആ വിളി കേൾക്കാതിരിക്കാനാവില്ലല്ലോ?

ഒടുവിൽ?

ഒടുവിൽ മേരി പാരീസിലേക്ക് പോകാൻ തന്നെ തീരുമാനിച്ചു.

ഓർക്കുക.

പോളണ്ടിൽ നിന്ന് പാരീസിലേക്കുള്ള യാത്ര മാനിയായിൽ നിന്ന് മേരിയിലേക്കുള്ള യാത്രയും കൂടിയാണ്.

ആ യാത്ര ഇപ്പോൾ തുടങ്ങുന്നു.

ഭാഗം രണ്ട്

പാരീസ് മുതൽ ലോകാതിർത്തി വരെ

1

സോർബോൺ സർവകലാശാലയിൽ

സോർബോൺ സർവകലാശാല

കാലം 1891.

സോർബോൺ സർവകലാശാല.

യൂണിവേഴ്സിറ്റി ഓഫ് പാരീസ്.

പ്രസിദ്ധമായ ഒരു വിജ്ഞാന കേന്ദ്രവും സർവകലാശാലയുമാണ ത്. 1891 നവംബർ ഏഴിന് ശാസ്ത്ര വിഭാഗത്തിൽ ക്ലാസുകൾ ആരംഭി

ക്കും. മേരി അവിടെ പേര് രജിസ്റ്റർ ചെയ്തു. അന്ന് മേരിയുടെ ഇരുപത്തിയഞ്ചാം ജന്മദിനമായിരുന്നു.

ഒരർഥത്തിൽ നോക്കിയാൽ മേരിയുടെ ജീവിതത്തിന്റെ രണ്ടാം ഭാഗം ഇവിടെ ആരംഭിക്കുകയാണ്. തനിക്ക് ഏറ്റവും ഇഷ്ടപ്പെട്ട ശാസ്ത്രപഠനത്തിലേക്ക് മേരി തിരിച്ചു വന്നിരിക്കുന്നു. സമ്പന്നഗൃഹങ്ങളിലെ ശിശുപരിചാരികയുടെയും ഒരു കൗമാരപ്രണയിനിയുടെയും വേഷങ്ങൾ അവർ അഴിച്ച് വച്ചിരിക്കുന്നു. പക്ഷേ, ഉള്ളിൽ കെടാത്ത കനലുപോലെ ജ്വലിച്ചു നിൽക്കുന്ന മറ്റൊന്നുണ്ട്. പോളണ്ടിനോടുള്ള സ്നേഹം.

രാജ്യത്തിന് വേണ്ടി പോരാടാനുള്ള ധൈര്യം.

പാവപ്പെട്ടവരോടുള്ള ഐക്യദാർഢ്യം.

ഇവയ്ക്കൊന്നിനും മാറ്റമില്ല.

ബ്രോണിയായും അങ്ങനെ തന്നെയായിരുന്നു. ജന്മനാട്ടിൽ രഹസ്യവിദ്യാഭ്യാസ സംഘത്തിലെ അംഗമായിരുന്നല്ലോ ബ്രോണിയ. വിവാഹം കഴിച്ചത് ദേശാഭിമാനിയായ ഡ്‌ലസ്കിയെയും. സ്വാഭാവികമായി ആ സ്വഭാവവും രീതിയും തുടർന്ന് പോന്നു.

തൊഴിലാളികൾ തിങ്ങിപ്പാർക്കുന്ന ഒരു കോളനിയായിരുന്നു ബ്രോണിയായുടെയും ഭർത്താവിന്റെയും താമസം. ഇരുവരും ഡോക്ടർമാരായിരുന്നു എന്ന കാര്യം നമ്മൾ നേരത്തേ കണ്ടതാണ്.

ദരിദ്രരും പാവപ്പെട്ടവരുമായ തൊഴിലാളികൾക്ക് ആവശ്യമായ വൈദ്യസഹായം എത്തിച്ചുകൊടുക്കുന്നതിൽ ഇരുവരും ആനന്ദം കണ്ടെത്തി. അതുകൊണ്ട് തന്നെ അവരുടെ വീട്ടിൽ എപ്പോഴും തിരക്കായിരുന്നു. ചികിത്സ തേടി എത്തുന്നവരും അല്ലാത്തവരുമായ ധാരാളം സുഹൃത്തുക്കൾ എപ്പോഴും അവിടെ ഉണ്ടായിരുന്നു.

മറ്റൊന്ന് കൂടിയുണ്ടായിരുന്നു. സ്വാതന്ത്ര്യസമരത്തിൽ പങ്കെടുത്ത് നാടുകടത്തപ്പെട്ടവരും പൊലീസിന്റെ പിടിയിൽ പെടാതിരിക്കാൻ പലായനം ചെയ്തവരുമായ ധാരാളം പോളണ്ടുകാർ അന്ന് പാരീസിലുണ്ടായിരുന്നു. പല വൈകുന്നേരങ്ങളിലും അവരുടെ യോഗങ്ങൾ ബ്രോണിയായുടെ വീട്ടിൽ ചേരും. അത്തരം മീറ്റിംഗുകളിലും മേരി സജീവമായി പങ്കെടുത്തു.

പക്ഷേ, ഈ പ്രവർത്തനങ്ങളൊക്കെ മേരിക്ക് ഒരു തരത്തിൽ ബുദ്ധിമുട്ടുകളുണ്ടാക്കി. എന്താണെന്നല്ലേ?

പഠനത്തിന് തടസ്സമുണ്ടാക്കുന്നു.

ഇപ്പോൾ അവൾക്ക് ഒറ്റ ലക്ഷ്യമേയുള്ളൂ.

പഠനം പൂർത്തിയാക്കുക.

ബ്രോണിയായുടെ വീടിന്റെ അന്തരീക്ഷം അതിന് തടസമാണ് എന്ന് മേരിക്ക് തോന്നിത്തുടങ്ങി.

വേറെയും ചില പ്രശ്നങ്ങൾ ഉണ്ടായിരുന്നു.

കസിമേഴ്സ് ഡ്ളസ്കി ഒരു പിയാനോ വായനക്കാരനായിരുന്നു.

അതുകൊണ്ടെന്താ കുഴപ്പം?

കുഴപ്പമൊന്നുമില്ല. പക്ഷേ അദ്ദേഹം മിക്കവാറും ഉച്ചത്തിൽ പിയാനോ വായിക്കും. നല്ല സംഗീതം!

സംഗീതമൊക്കെ നല്ലത് തന്നെ. പക്ഷേ മേരിയുടെ പഠനത്തിന് അത് പലപ്പോഴും തടസ്സമായിത്തീർന്നു.

ഇതെല്ലാം കഴിഞ്ഞ് പിന്നെയും ഒരു പ്രശ്നം ബാക്കി വന്നു. ബ്രോണിയായുടെ വീട്ടിൽ നിന്ന് ഒന്നര മണിക്കൂർ യാത്രയുണ്ട് സർവകലാശാലയിലേക്ക്. വൈകിട്ട് തിരികെയും അത്രതന്നെ യാത്ര ചെയ്യണം.

രാവിലെയും വൈകിട്ടുമുള്ള യാത്ര വളരെ ദുഷ്കരം!

ഒടുവിൽ മേരി ഒരു തീരുമാനമെടുത്തു.

ചേച്ചിയുടെ വീട്ടിൽ നിന്ന് മാറി വാടകയ്ക്ക് ഒരു താമസസ്ഥലം കണ്ടെത്തുക. സങ്കടകരമായിരുന്നു ആ തീരുമാനം. ഒമ്പതുവർഷത്തെ വേർപാടിന് ശേഷമാണ് ആ സഹോദരിമാർ ഒന്നിച്ചു താമസിച്ചു തുടങ്ങിയത്. ആ സമാഗമം ഇരുവർക്കും അനൽപ്പമായ സന്തോഷമായിരുന്നു ഉളവാക്കിയത്. ഇപ്പോഴിതാ അത് അവസാനിക്കുന്നു.

എന്തായാലും മേരി മാറിത്താമസിക്കാൻ തന്നെ തീരുമാനിച്ചു. പാരീസിൽ സർവകലാശാലക്കു അടുത്തു തന്നെ വാടകയ്ക്ക് ഒരു മുറി കിട്ടി. ദരിദ്രരായ കലാകാരന്മാർ താമസിക്കുന്ന ഒരു കോളനിയിലായിരുന്നു അത്. ഒരു വീടിന്റെ ആറാം നിലയിലെ ഒരു മുറി.

ഒട്ടും സുഖകരമായിരുന്നില്ല അവിടത്തെ താമസം.

വളരെ ചെറിയ മുറി

ആവശ്യത്തിന് സ്ഥല സൗകര്യമില്ല.

മതിയായ കാറ്റും വെളിച്ചവും ലഭിക്കാത്ത ഒന്ന്. എന്തായാലും മേരി അവിടെ താമസിക്കാൻ തന്നെ തീരുമാനിച്ചു.

ജീവിതച്ചെലവ് വളരെ കൂടുതലാണ്. അത് മേരിയെ എപ്പോഴും അലട്ടിയിരുന്നു. മുറിവാടക വേണം. ഭക്ഷണച്ചെലവ് കണ്ടെത്തണം. യൂണിവേഴ്സിറ്റി ഫീസ് നൽകണം.

എപ്പോവും ചേച്ചിയെ ബുദ്ധിമുട്ടിക്കുന്നത് ശരിയല്ലല്ലോ!

രണ്ടുവഴികളാണ് മേരിയുടെ മുന്നിൽ ഉണ്ടായിരുന്നത്.

ഒന്ന് ചെലവ് കുറയ്ക്കുക.

പാരീസ് ഒരു തണുപ്പ് മേഖലയാണ് എന്നറിയാമല്ലോ? മുറിയിലെ ചൂട് ക്രമീകരിക്കാൻ കൽക്കരി കത്തിക്കണം. കൽക്കരി ചുമന്ന് മുറിയിലെത്തിക്കണം. മുറിയാണെങ്കിൽ ആറാം നിലയിലാണെന്നോർക്കണം. സാധാരണ അതൊക്കെ കൂലിക്കാരെക്കൊണ്ടാണ് ആളുകൾ ചെയ്യിക്കാറുള്ളത്. മേരിയുടെ കാര്യത്തിൽ മേരി അത് സ്വന്തമായി ചെയ്യാൻ തീരുമാനിച്ചു. കുറയ്ക്കാവുന്ന മറ്റൊരു ചെലവ് ഭക്ഷണത്തിന്റേതാണ്. പല

പ്പോഴും ഭക്ഷണം തന്നെ അവൾ ഒഴിവാക്കി. അല്ലെങ്കിൽ പഴത്തിലും ചായയിലും മാത്രമായി ഒതുക്കി.

അങ്ങനെ ചെലവ് കുറച്ചു.

മാത്രമല്ല വരവ് കൂട്ടാനും ശ്രമിച്ചു.

സർവകലാശാലയിലെ ചില ജോലികൾ അവൾ സ്വയം ഏറ്റെടുത്തു. അങ്ങനെ ചെറിയ തോതിൽ വരുമാനവും ഉണ്ടായി.

പോളണ്ടിലേതിൽ നിന്ന് തികച്ചും വ്യത്യസ്തമായിരുന്നു പാരീസിൽ മേരിയുടെ ജീവിതം. അധികം സുഹൃത്തുക്കളില്ലാത്ത ഒരു ജീവിതം! സഹപാഠികളോടു പോലും വളരെ അത്യാവശ്യത്തിന് മാത്രമേ സംസാരിച്ചിരുന്നുള്ളൂ. മറ്റ് മാനസീകോല്ലാസമോ വിനോദപരിപാടികളോ ഉണ്ടായിരുന്നില്ല. എപ്പോഴും വായനയും പഠനവും മാത്രം. രാത്രി ഏറെ വൈകുന്നത് വരെ വായിക്കും. വിളക്കിലെ എണ്ണ ലാഭിക്കുന്നതിനായി അടുത്തുള്ള ഒരു വായനശാലയിൽ പോയിരുന്നാണ് പഠനം. വായനശാല അടയ്ക്കുന്നത് വരെ അവിടെയിരുന്ന് പഠിക്കും.

വിശ്രമമില്ലാത്ത വായനയും പഠനവും മേരിയുടെ ആരോഗ്യം ക്ഷയിപ്പിച്ചു. ഭക്ഷണം കഴിക്കാതിരുന്നതിനാൽ ഒരു ദിവസം മേരി ക്ലാസ്മുറിയിൽ കുഴഞ്ഞു വീഴുക പോലുമുണ്ടായി. സർവകലാശാല അധികാരികൾ ഡ്ളസ്കിയെ വിവരമറിയിച്ചു. അദ്ദേഹം വന്ന് മേരിയെ കൂട്ടിക്കൊണ്ടുപോയി. അങ്ങനെ മേരിക്ക് കുറച്ചുദിവസം കൂടി ചേച്ചിയോടൊപ്പം താമസിക്കാൻ അവസരം ലഭിച്ചു.

ആരോഗ്യം ഭേദമായപ്പോൾ മേരി തന്റെ താമസസ്ഥലത്തേക്ക് തിരിച്ചുപോയി.

പാരീസിൽ മേരിക്ക് ഒരിക്കലും ഒരു ഫ്രഞ്ചുകാരിയായി ജീവിക്കാൻ കഴിയുമായിരുന്നില്ല. ഒരു തികഞ്ഞ പോളണ്ടുകാരിയായി തന്നെ മേരി പാരീസിൽ ജീവിച്ചു.

രണ്ടു വർഷം കഴിഞ്ഞപ്പോൾ 1893ൽ മേരിക്ക് ഊർജതന്ത്ര (Physics)ത്തിൽ ബിരുദം ലഭിച്ചു വെറുമൊരു പരീക്ഷാ വിജയം മാത്രമായിരുന്നില്ല അത്. യൂണിവേഴ്സിറ്റിയിൽ ഒന്നാം സ്ഥാനം മേരിക്കായിരുന്നു.

സ്കൂൾ ഫൈനലിലെ സ്വർണമെഡലിന്റെ തുടർച്ച. ഈ വിജയം മേരിയെയും ബ്രോണിയായെയും അത്യധികം സന്തോഷിപ്പിക്കുക തന്നെ ചെയ്തുവെന്ന് വിശേഷിച്ച് പറയേണ്ടതില്ലല്ലോ!

ഊർജതന്ത്രത്തിലെ യൂണിവേഴ്സിറ്റി ഒന്നാം സ്ഥാനക്കാരിക്ക് ഒരു ജോലി ലഭിക്കുക ഒട്ടും പ്രയാസമുള്ള കാര്യമല്ല. ഒരു വ്യവസായ ലബോറട്ടറിയിലാണ് ജോലി ലഭിച്ചത്. അതുകൊണ്ട് മേരി പഠനം അവസാനിപ്പിച്ചില്ല. ജോലിയോടോപ്പം പഠനവും തുടർന്നു.

ജോലി ലഭിക്കുന്നതിന് തൊട്ടുമുമ്പ് ഒരു തവണ നാട്ടിലെത്തി അച്ഛ

നെക്കാണാനും മേരി മറന്നില്ല. ആ വൃദ്ധപിതാവിന് അത്യധികം സന്തോഷം തോന്നി. തന്റെ പ്രിയ പുത്രി ഒരു ദുരിതപ്പുഴ താണ്ടി നേട്ടങ്ങളിലേക്ക് വളരുകയാണ്.

ഏത് പിതാവിനെയാണ് ഈ വളർച്ച സന്തോഷിപ്പിക്കാത്തത്?

അച്ഛനെക്കണ്ട ശേഷം ഏറെ വൈകാതെ തന്നെ മേരി പാരീസിൽ തിരിച്ചെത്തി. ഗണിതശാസ്ത്രമാണ് ഇത്തവണ പഠന വിഷയം. ഗണിതശാസ്ത്രത്തിൽ മാസ്റ്റർ ബിരുദമാണ് ലക്ഷ്യം.

മേരിക്ക് വ്യവസായ ലബോറട്ടറിയിൽ ഗവേഷകയായി ജോലി ലഭിച്ച കാര്യം നേരത്തേ പറഞ്ഞല്ലോ? അത് ഈ മടങ്ങിവരവിന് ശേഷമായിരുന്നു. സത്യത്തിൽ ജോലിക്ക് വേണ്ടി ശ്രമിക്കാൻ ഒരു കാരണമുണ്ടായിരുന്നു. അക്കാലത്ത് മേരി കടുത്ത സാമ്പത്തിക പ്രയാസത്തിലൂടെ കടന്ന് പോവുകയായിരുന്നു. പക്ഷേ ഇതുകൊണ്ടല്ല മേരി ജോലി വേണമെന്ന് ആഗ്രഹിച്ചത്.

സത്യത്തിൽ സാമ്പത്തിക ബുദ്ധിമുട്ടുകൾ മേരിയെ ജീവിതാവസാനം വരെ പിന്തുടരുന്നുണ്ടായിരുന്നു. ധാരാളം പണം സമ്പാദിക്കുന്നതിനോ അതുപയോഗിച്ച് സുഖമായി ജീവിക്കുന്നതിനോ ഒരു കാലത്തും മേരി ആഗ്രഹിച്ചിരുന്നില്ലെന്നതാണ് സത്യം.

എന്തായാലും ഇത്തവണ സാമ്പത്തിക ബുദ്ധിമുട്ട് നേരിട്ട സമയത്ത് മേരിക്ക് ഒരു സഹായം കിട്ടി.

എന്താണെന്നോ?

ഒരു സ്കോളർഷിപ്പ്.

അലക്സാണ്ട്രോവിച്ച് എന്ന പേരിലറിയപ്പെട്ട ഒരു സ്കോളർഷിപ്പായിരുന്നു മേരിക്ക് ലഭിച്ചത്. പോളിഷ് സർക്കാർ ഏർപ്പെടുത്തിയ ഒരു സഹായധനമായിരുന്നു അത്.

പോളിഷ് സർക്കാർ മേരിയെ സഹായിക്കാൻ തയ്യാറാകുമോ?

ഇല്ല. ഒരിക്കലുമില്ല.

ഇവിടെ മേരിയെ സഹായിക്കാൻ ഒരാളെത്തി.

മേരിക്ക് പരിചയമുണ്ടായിരുന്ന ഒരു ധനിക സ്ത്രീയായിരുന്നു മേരിയെ സഹായിക്കാനെത്തിയത്. അവർക്ക് സർക്കാരിൽ നല്ല സ്വാധീനമുണ്ടായിരുന്നു. അവർ അവരുടെ സ്വാധീന ശക്തി ഉപയോഗിച്ചാണ് മേരിക്ക് ഈ സ്കോളർഷിപ്പ് നേടിക്കൊടുത്തത്.

സ്കോളർഷിപ്പ് ലഭിച്ചതോടെ സാമ്പത്തിക പ്രയാസങ്ങൾ മാറി. പക്ഷേ, അപ്പോൾ മറ്റൊരു ദുഃഖം മേരിയെ അലട്ടാൻ തുടങ്ങി.

എന്താണെന്നോ?

പോളീഷ് സർക്കാരിന്റെ പണമാണ് സ്കോളർഷിപ്പായി കൈപ്പറ്റുന്നത്. പോളണ്ടിലെ ജനതയെ അടിച്ചമർത്തുന്ന വിദേശ സർക്കാരിന്റെ പണം!

അത് കൈപ്പറ്റി പഠിക്കുന്നത് ഒരു കുറച്ചിലായി മേരിക്ക് തോന്നി. അങ്ങനെയാണ് മേരി ജോലിക്ക് വേണ്ടി ശ്രമം തുടങ്ങിയതും വ്യവസായ ലബോറട്ടറിയിൽ ജോലി ലഭിച്ചതും.

ശമ്പളം കിട്ടാൻ തുടങ്ങിയപ്പോൾ ഒരു കാര്യം മേരി ആദ്യമേ തന്നെ തീരുമാനിച്ചു. സ്കോളർഷിപ്പ് ഇനത്തിൽ വാങ്ങിയ പണം തിരികെ നൽകണം.

രണ്ട് കാരണങ്ങളുണ്ടായിരുന്നു ആ തീരുമാനത്തിന് പിന്നിൽ.

ഒന്ന്, നാടിനെ അടിച്ചമർത്തുന്നവരുടെ പണം വേണ്ടെന്നത് തന്നെ.

രണ്ട് പഠിക്കാൻ ആഗ്രഹിക്കുന്ന മറ്റൊരു കുട്ടിക്ക് സ്കോളർഷിപ്പിന് നൽകാൻ ഈ പണം ഉപയോഗപ്പെടുത്താമല്ലോ എന്ന ചിന്ത.

1894 ൽ മേരിക്ക് ഗണിതശാസ്ത്രത്തിൽ ബിരുദം ലഭിച്ചു. ഉന്നതമായ മറ്റൊരു വിജയം.

പഠനം പൂർത്തിയാക്കി ബിരുദം നേടിയതോടെ മേരിയുടെ ശ്രദ്ധ ഗവേഷണത്തിൽ മാത്രമായി. ഇപ്പോൾ ജോലി നോക്കുന്ന സ്ഥാപനം വളരെ ചെറുതാണ്. സൗകര്യങ്ങളും കുറവ്. ഉരുക്കിന്മേൽ കാന്തത്തിന്റെ പ്രവർത്തനങ്ങളാണ് അവിടെ മേരിയുടെ ഗവേഷണ വിഷയം. അതിന് ഈ സ്ഥാപനം പോര.

ഇതൊരു പ്രതിസന്ധിയാണ്.

മേരിയുടെ ജീവിതം വായിക്കുമ്പോൾ നമുക്ക് മനസിലാകുന്ന ഒരു സത്യമുണ്ട്:

എന്താണെന്നോ?

പ്രതിസന്ധികളാണ് മനുഷ്യനെ പുതിയ നേട്ടങ്ങളിലേക്കും വളർച്ചയിലേക്കും നയിക്കുന്നത്.

ശരിയല്ലേ?

ഒന്നാലോചിച്ചു നോക്കൂ.

മേരിയുടെ ജീവിതം നിറയെ പ്രതിസന്ധികളായിരുന്നു. ഓരോ പ്രതിസന്ധിയേയും മറികടക്കാൻ മേരി പുതിയ വഴികൾ തേടി. ഓരോ പുതിയ വഴിയും പുതിയ വാതിലുകൾ തുറന്നു അവ അവൾക്ക് പുതിയ വിജയങ്ങളും നേട്ടങ്ങളും എത്തിച്ചുകൊടുത്തു.

നിശ്ചയദാർഢ്യത്തിനും ഇച്ഛാശക്തിക്കും മുമ്പിൽ ഓരോ പ്രതിസന്ധിയും പുതിയ അവസരങ്ങളാണ്.

മേരി തന്നെ ഒരിക്കൽ പറഞ്ഞിട്ടുണ്ട്:

"ജീവിതത്തിൽ ഒന്നും ഭയപ്പെടാനില്ല. മനസിലാക്കാൻ മാത്രമേയുള്ളൂ."

ഇത് തന്നെയാണ് ഇവിടെയും സംഭവിച്ചത്.

യാദൃച്ഛികമായാണ് മേരി തന്റെ മുൻ പരിചയക്കാരനായിരുന്ന പ്രൊഫസർ കൊവോസ്കിയെ കണ്ടുമുട്ടിയത്. ഗവേഷണം നടത്താനുള്ള സൗകര്യത്തെക്കുറിച്ച് അദ്ദേഹവുമായി മേരി സംസാരിച്ചു.

കൊവോസ്കി മേരിക്ക് പുതിയൊരാളെ പരിചയപ്പെടുത്തി.

സ്കൂൾ ഓഫ് ഫിസിക്സ് ആൻഡ് കെമിസ്ട്രി എന്ന സ്ഥാപനത്തിന്റെ ചുമതലക്കാരനായ പിയറി ക്യൂറിയെ

അതെ, പിയറി ക്യൂറി.

മേരിയുടെ മുന്നിൽ പുതിയൊരു വാതിൽ തുറക്കുകയാണ്.

2

പിയറി ക്യൂറി

പിയറി ക്യൂറി

പിയറിയുടെ ജനനം പാരീസിലായിരുന്നു. 1859 മേയ് 15 ന്. മേരിയേക്കാൾ പന്ത്രണ്ട് വയസ് പ്രായക്കൂടുതൽ. പിയറി ചെറുപ്പത്തിൽ ഔപചാരികമായി സ്കൂളിൽ പഠിച്ചിട്ടില്ല. പക്ഷേ പഠിക്കേണ്ട പുസ്തകങ്ങളെല്ലാം വീട്ടിലിരുന്ന് തന്നെ പഠിച്ചു തീർത്തു. പതിനാറാം വയസിൽ ബിരുദം നേടി.

1878 മുതൽ അദ്ദേഹം ഫിസിക്സിസ് ലബോറട്ടറിയിൽ ഡെമോൺസ്ട്രേറ്റർ ആയി ജോലി ചെയ്തു. 1882 വരെ ആ ജോലിയിൽ തുടർന്നു.

പിയറി ക്യൂറിയുടെ ബാല്യവും കൗമാരവും നമുക്കിവിടെ വിശദമായി പരിശോധിക്കേണ്ടതില്ല. 1882 ൽ പിയറി, സ്കൂൾ ഓഫ് ഫിസിക്സ് ആൻഡ് ഇൻഡസ്ട്രിയൽ കെമിസ്ട്രിയിൽ പ്രാക്ടിക്കൽ വർക്കിന്റെ ചുമതലക്കാരനായി.

ഒന്നുകൂടി.

1895 ൽ അദ്ദേഹത്തിന് "ഡോക്ടർ ഓഫ് ഫിസിക്സിസ്" ബിരുദം ലഭിച്ചു. ഊർജതന്ത്ര അധ്യാപകനായി ജോലിയും തുടങ്ങി.

ചില കാര്യങ്ങൾ കൂടി പിയറിയുടെ ബാല്യത്തെക്കുറിച്ച് അറിഞ്ഞോളൂ.

യൂജിൻ ക്യൂറി അതായിരുന്നു പിയറിയുടെ പിതാവിന്റെ പേര്. അദ്ദേഹം ഒരു ഡോക്ടറായിരുന്നു. പക്ഷേ അദ്ദേഹത്തിന്റെ രണ്ടുമക്കളും വൈദ്യവൃത്തിയിൽ താൽപ്പര്യം കാണിച്ചില്ല.

ആരാണ് രണ്ടു മക്കൾ

പിയറി ക്യൂറിയും സഹോദരൻ ജാകിസ് ക്യൂറിയും. ഊർജതന്ത്രത്തിലായിരുന്നു ഇരുവർക്കും താൽപ്പര്യം.

പതിനാറാം വയസിൽ ബിരുദം.

പതിനെട്ടാം വയസിൽ ബിരുദാനന്തരബിരുദം. രണ്ടുപേർക്കും.

രണ്ടുപേരും ഗവേഷണപ്രവർത്തനങ്ങളിൽ തന്നെയാണ് ഔദ്യോഗിക ജീവിതം തുടങ്ങിയത്. പക്ഷേ ജാകിൻ ഇടയ്ക്ക് വച്ച് വഴി പിരിഞ്ഞു. അയാൾ ഒരു കോളേജ് അധ്യാപകനായി. പിയറി ഗവേഷണ പ്രവർത്തനങ്ങൾ തുടർന്നു.

കാന്തികത, ക്രിസ്റ്റലോഗ്രാഫി, പിസ്സോ ഇലക്ട്രിക് ഇഫക്ട് എന്നിവയായിരുന്നു അദ്ദേഹത്തിന്റെ പഠന വിഷയങ്ങൾ. വസ്തുക്കളുടെ കാന്തിക സ്വഭാവത്തിന് ഒരു നിശ്ചിത ഊഷ്മാവിൽ മാറ്റം വരുന്നു എന്ന് കണ്ടുപിടിച്ചത് പിയറിയാണ്.

അതുകൊണ്ട് ഈ ഊഷ്മാവിന് ക്യൂറിപോയിന്റ് എന്നാണ് പേരിട്ടിരിക്കുന്നത്.

ഒരു ചെറിയ യാദൃശ്ചികത ഇവിടെയും അത്ഭുതകരമായി പ്രത്യക്ഷപ്പെടുന്നുണ്ട്.

മേരിയുടെ പഠന വിഷയവും അത് തന്നെയായിരുന്നല്ലോ?

ഉരുക്കിന്മേൽ കാന്തികതയുടെ പ്രവർത്തനം.

പിയറിയുടെ പഠനവിഷയവും കാന്തികത തന്നെ.

അതുകൊണ്ടു കൂടിയാവും കൊവോസ്കി മേരിയെ പിയറിയുടെ സ്ഥാപനത്തിലേക്ക് തന്നെ നയിച്ചതും...

പിസ്സോ ഇലക്ട്രിസിറ്റി വ്യത്യസ്തമായ ഒരു വിഷയമാണ്. ചിലതരം കളിമണ്ണുകൾ, എല്ലുകൾ, ഡി എൻ എ പോലെയുള്ള പ്രോട്ടീനുകൾ എന്നിവ ഉൾപ്പെടുന്ന ജൈവവസ്തുക്കളിന്മേൽ യാന്ത്രിക ഊർജം പ്രയോഗിക്കപ്പെടുമ്പോൾ സഞ്ചരിക്കുന്ന വൈദ്യുത ചാർജാണ് പിസ്സോ ഇലക്ട്രിസിറ്റി.

ഈ വാക്കിന്റെയർഥം മർദത്തിന്റെ ഫലമായി ഉണ്ടാകുന്ന ഇലക്ട്രിസിറ്റി എന്നാണ്. പിസ്സോ ഒരു ഗ്രീക്ക് പദമാണ്. മർദം പ്രയോഗിക്കുക എന്നർഥം.

ഇത് രണ്ട് ദിശയിലേക്കും സംഭവിക്കുന്ന ഒരു പ്രതിഭാസമാണ്.

ഏതൊക്കെയാണ് രണ്ട് ദിശകൾ?

മേൽപ്പറഞ്ഞ വസ്തുക്കളിൽ മർദം പ്രയോഗിക്കപ്പെട്ടാൽ വൈദ്യുതി ചാർജ് സഞ്ചരിക്കും. ഇതേ വസ്തുക്കൾ ഇലക്ട്രിക് ഫീൽഡിൽ വന്നാൽ അവയിൽ യാന്ത്രിക ഊർജം രൂപപ്പെടും. ഇതാണ് രണ്ടുവശത്തേക്കും നടക്കുന്ന പ്രവർത്തനങ്ങൾ.

വേണ്ട; ഈ സങ്കീർണമായ ശാസ്ത്രം അധികം നീട്ടുന്നില്ല.

പിയറിയുടെ മൂന്നാമത്തെ പഠനവിഷയം ക്രിസ്റ്റലോഗ്രാഫിയായിരുന്നു. തൽക്കാലം നമ്മൾ ക്രിസ്റ്റലോഗ്രാഫിയിലേക്കും പോകുന്നില്ല.

കൊവോസ്കിയോടൊപ്പം ആദ്യമായി പിയറിയെ കാണാനെത്തിയതിനേക്കുറിച്ച് മേരി പിന്നീട് ഇങ്ങനെ ഓർമിക്കുന്നു.

'ഞാൻ ചെന്നപ്പോൾ അദ്ദേഹം ബാൽക്കണിയുടെ വാതിലിൽ നിൽക്കുകയായിരുന്നു. മുപ്പത്തിയഞ്ച് വയസായിരുന്നെങ്കിലും യുവത്വമുള്ള ശരീരപ്രകൃതമായിരുന്നു അദ്ദേഹത്തിന്റേത്. അശ്രദ്ധനായി നിന്ന അദ്ദേഹത്തിന്റെ ശരീര പ്രകൃതി എന്നെ ആകർഷിച്ചു. ലളിതവും ആലോചനാമൃതവുമായ ഓരോ വാക്കും ഞാൻ ശ്രദ്ധിച്ചു. തികഞ്ഞ ഒരു പണ്ഡിതനാണദ്ദേഹം എന്ന് എനിക്ക് ബോധ്യപ്പെട്ടു.'

ഇത് മേരിക്ക് പിയറിയേക്കുറിച്ചുള്ള അഭിപ്രായം. നമുക്ക് തിരിച്ചു പിയറിക്ക് മേരിയേക്കുറിച്ചുള്ള അഭിപ്രായം എന്താണെന്ന് കൂടി നോക്കാം.

മേരി ഒരു അസാധാരണ സ്ത്രീയാണെന്ന് ആയിരുന്നു അദ്ദേഹത്തിന്റെ അഭിപ്രായം. സ്ത്രീകൾക്ക് പൊതുവേ ബുദ്ധി കുറവാണ് എന്ന് കരുതിയിരുന്ന പിയറി മേരിയെക്കണ്ടപ്പോൾ തന്റെ ഈ വിശ്വാസം തിരുത്തി. സ്ത്രീകളെക്കുറിച്ചുള്ള ഈ ധാരണയുടെ കാര്യത്തിൽ പിയറിയെ മാത്രം കുറ്റം പറയേണ്ട. അക്കാലത്ത് പൊതുവെ ആളുകൾ കരുതിയിരുന്നത് സ്ത്രീകൾക്ക് ബുദ്ധിയില്ല എന്നായിരുന്നുവല്ലോ.

അതുകൊണ്ടാണല്ലോ പോളണ്ടിൽ പെൺകുട്ടികൾക്ക് ഉന്നത വിദ്യാഭ്യാസത്തിന് അനുവാദം ഇല്ലായിരുന്നത്.

മറ്റൊരു സർവകലാശാലയിൽ ശാസ്ത്രപഠനത്തിന് അവസരം ചോദിച്ചപ്പോൾ പാചകത്തിന് പ്രവേശനം നൽകാമെന്ന് മേരിക്ക് തന്നെ മറുപടി ലഭിച്ചത് നാം കണ്ടതാണ്.

ഈ ധാരണ മാത്രമല്ല;

സ്ത്രീകളുടെ ബുദ്ധിയെ സംബന്ധിച്ച് നിരവധി തെറ്റായ ധാരണകൾ തിരുത്തപ്പെടാൻ മേരി കാരണമായിത്തീരുന്നുണ്ട്.

ഒരു ശാസ്ത്രജ്ഞ എന്ന നിലയിൽ മാത്രമല്ല;

ഒരു രാഷ്ട്രീയ പ്രവർത്തക എന്ന നിലയിൽ മാത്രമല്ല;

ഒരു സ്ത്രീ എന്ന നിലയിലും മേരിക്ക് ഏറെ ചെയ്യാനുണ്ടായിരുന്നു; എന്നർഥം.

ശരി; നമുക്ക് കഥയിലേക്കും തിരിച്ചു വരാം.

മേരിക്ക് പിയറിയോടും പിയറിക്ക് മേരിയോടും ആകർഷണം തോന്നി.

ഒരേ സ്വഭാവക്കാർ.

ഒരേ വിഷയം പഠിച്ചവർ,

ഒരേ പോലെയുള്ള സ്വതന്ത്ര ചിന്തകർ.

ഇതിനിടയിൽ മേരി നാട്ടിലേക്ക് മടങ്ങാൻ തീരുമാനിച്ചു. സ്ഥിരമായി മടങ്ങാനല്ല. നാട്ടിലൊന്ന് പോയി വരണം. അക്കാര്യങ്ങൾ ആലോചിച്ചിരിക്കുന്ന

മേരിയും പിയറി ക്യൂറിയും

തിനിടയിലാണ് ഒരിക്കൽ പിയറി മേരിയോട് വിവാഹാഭ്യർഥന നടത്തുന്നത്.

താൻ മേരിയെ വിവാഹം കഴിക്കാനാഗ്രഹിക്കുന്നുവെന്ന് വിശേഷിച്ചൊരു മുഖവുരയും കൂടാതെ പിയറി മേരിയെ അറിയിച്ചു.

മേരി ഒരു ആശയക്കുഴപ്പത്തിൽ വീണു.

എന്താണെന്നോ?

അടിസ്ഥാനപരമായി മേരി ഒരു പോളണ്ടുകാരിയാണ്. ജന്മദേശത്തോടുള്ള സ്നേഹം വൈകാരികമായിത്തന്നെ മേരിയിലുണ്ട്. പിയറിയാകട്ടെ ഒരു ഫ്രഞ്ചുകാരനാണ്.

ഫ്രഞ്ചുകാരനെ വിവാഹം ചെയ്ത് ഫ്രാൻസിൽ സ്ഥിരതാമസമാക്കുക എന്ന് പറഞ്ഞാൽ പോളണ്ടിനെ ഉപേക്ഷിക്കുക എന്നാണർഥം.

"എനിക്ക് പോളണ്ട് ഉപേക്ഷിക്കാനാവില്ല." എന്നതായിരുന്നു മേരിയുടെ മറുപടി. പിന്നെങ്ങനെയാണ് ഈ പ്രശ്നത്തിന് പരിഹാരം കാണുന്നത്?

പിയറിക്ക് ഒരു പരിഹാരമാർഗം നിർദേശിക്കാനുണ്ടായിരുന്നു.

"ഞാൻ ഫ്രാൻസ് ഉപേക്ഷിക്കാം." പിയറി പറഞ്ഞു. അതായത് പിയറി കൂടി പോളണ്ടിൽ വന്ന് താമസമാക്കാം എന്നർഥം.

അപ്പോഴും മേരി വിഷമാവസ്ഥയിലായി.

പോളണ്ടിൽ ഗവേഷണ സൗകര്യങ്ങൾ കുറവാണ്. പിയറി അവിടെ വന്ന് താമസിച്ചാൽ ഗവേഷണം മുടങ്ങും. അത് രണ്ടുപേരുടേയും ജോലിയെ ബാധിക്കും.

മേരി വീണ്ടും വിഷമാവസ്ഥയിലായി.

ഒടുവിൽ പിതാവിനോടും ജോസഫിനോടും ബ്രോണിയായോടും അഭിപ്രായം ചോദിക്കാൻ അവൾ തീരുമാനിച്ചു.

അവൾക്ക് എല്ലാവർക്കും സന്തോഷമേകിയ ഒന്നായിരുന്നു ഈ വിവാഹാലോചന.

മേരിക്ക് ഏറ്റവും അനുയോജ്യനായ വരനാണ് പിയറി എന്നായിരുന്നു ജോസഫിന്റെ അഭിപ്രായം. എന്നിട്ടും മേരിക്ക് ഉറച്ചൊരു തീരുമാനമെടുക്കാനായില്ല.

ഒരു വർഷമെടുത്തു ഇക്കാര്യത്തിൽ മേരി ഒരു തീരുമാനമെടുക്കുന്നതിന്. അവൾ തിരിച്ചും മറിച്ചും ആലോചിച്ചു. ഒടുവിൽ പിയറിയുമായുള്ള വിവാഹത്തിന് അവൾ സമ്മതം മൂളി.

അന്നത്തെ ആ ദിനം വന്നുചേർന്നു

1895 ജൂലൈ 26

അന്ന് മേരിയുടെ വിവാഹമായിരുന്നു

ബന്ധുക്കളുടെയും സുഹൃത്തുക്കളുടെയും ആശിർവാദത്തോടെ മേരി സ്ക്ലോഡോവ്സ്കി മേരി ക്യൂറിയായി മാറി.

ശാസ്ത്രലോകത്ത് പിന്നീട് മേരി അറിയപ്പെട്ടത് മാഡം ക്യൂറിയെന്നായിരുന്നു.

മേരിയുടെ കുടുംബജീവിതത്തെക്കുറിച്ച് രണ്ട് കാര്യങ്ങളാണ് പറയാനുള്ളത്. ഒന്നാമതായി പറയേണ്ടത് ആ കുടുംബത്തിന്റെ ലാളിത്യമാർന്ന ജീവിതശൈലിയേക്കുറിച്ചാണ്. അത്യധികം ലളിതമായ ജീവിതമായിരുന്നു ക്യൂറി ദമ്പതിമാർ നയിച്ചിരുന്നത്. ഒരു ചെറിയ വീടിന്റെ ഏതാനും മുറികൾ വാടകയ്ക്ക് എടുത്ത് അവർ ജീവിച്ചു. വേലക്കാർ ആരും തന്നെ ഉണ്ടായിരുന്നില്ല. വീട്ടുജോലികൾ അവർ സ്വയം ചെയ്തു.

രാവിലത്തെ വീട്ടുജോലികൾ പൂർത്തിയാക്കിയിട്ടാണ് മേരി പരീക്ഷണശാലയിലേക്ക് പോയിരുന്നത്. അവിടെ എട്ടു മണിക്കൂറായിരുന്നു പ്രവൃത്തി സമയം. മടങ്ങി വന്നാൽ വീണ്ടും വീട്ടുജോലികൾ ചെയ്യും. വരവ് ചെലവ് കണക്കുകൾ കൃത്യമായി കുറിച്ചുവയ്ക്കും. ഇതാണ് ഒരു കാര്യം.

രണ്ടാമത്തെ കാര്യം ജീവിതത്തിലെ മറ്റെല്ലാ ഉദ്യമങ്ങളിലുമെന്നപോലെ വിവാഹ ജീവിതത്തിലും മേരി വിജയം കൈവരിച്ചുവെന്നതാണ്. വളരെ പെട്ടെന്ന് തന്നെ മേരി പാചകകലയിൽ ഒരു വിദഗ്ധയായി. പക്ഷേ, എപ്പോഴും ഗവേഷണത്തിൽ മുഴുകിയിരുന്ന പിയറി ഭക്ഷണകാര്യങ്ങളിൽ വലിയ ശ്രദ്ധയൊന്നും കൊടുത്തിരുന്നില്ല. അതുകൊണ്ട് തന്നെ മേരിയുടെ പാചക വൈദഗ്ധ്യം അദ്ദേഹത്തിന് നന്നായി ആസ്വദിക്കാൻ കഴിഞ്ഞുവെന്ന് പറയാനാവില്ല.

വിവാഹത്തിന് മുമ്പെന്നപോലെ അതിന് ശേഷവും വിനോദകാര്യങ്ങളിലോ മാനസീകോല്ലാസത്തിനുള്ള മറ്റ് പ്രവർത്തനങ്ങളിലോ മേരിക്ക് താൽപ്പര്യം തോന്നിയില്ല. പിയറിയും അതിൽ നിന്ന് വ്യത്യസ്തനായിരുന്നില്ല. അവർക്ക് രണ്ട് ഹോബികൾ ഉണ്ടായിരുന്നു. ദീർഘനേരം സൈക്കിൾസവാരി ചെയ്യുന്നതും വിദേശയാത്രകൾ പോകുന്നതും. രണ്ടും അവരുടെ ബന്ധത്തെ കൂടുതൽ ദൃഢമാക്കി.

ആഡംബരവും ആർഭാടങ്ങളും പൂർണമായി ഒഴിവാക്കി. മേരി ആഭരണങ്ങൾ തികച്ചും ഒഴിവാക്കിയിരുന്നു. ജീവിതത്തിലൊരിക്കൽ മാത്രമാണ് അവർ ഒരു ആഭരണം വാങ്ങിയത്.

വിവാഹത്തിന് മുമ്പായിരുന്നു അത്.

പാരീസിലെ പഠനം പൂർത്തിയാക്കി നാട്ടിലേക്ക് ആദ്യമായി മടങ്ങുന്ന സന്ദർഭം നമ്മൾ മുമ്പ് പറഞ്ഞത് ഓർമിക്കുമല്ലോ? യഥാർഥത്തിൽ മേരി

ആഭരണം മോഹിച്ചായിരുന്നില്ല അത് വാങ്ങിയത്. സർവകലാശാലയിൽ ജോലി ചെയ്ത വകയിൽ കിട്ടിയ കുറച്ചുപണം കൈയിലുണ്ടായിരുന്നു. ഫ്രാൻസിലെ അന്നത്തെ നിയമമനുസരിച്ച് വിദേശികൾക്ക് പണം പുറത്ത് കൊണ്ടുപോകാൻ അനുവാദമുണ്ടായിരുന്നില്ല. പണം ഫ്രാൻസിൽ തന്നെ ചെലവഴിച്ചേ മതിയാകൂ. അങ്ങനെയാണ് മേരി ആഭരണം വാങ്ങിയത്.

ബാല്യം മുതൽ ദാരിദ്ര്യത്തിലും കഷ്ടപ്പാടിലും വളർന്ന മേരി പണം ചെലവഴിക്കാൻ വേണ്ടി മാത്രം ആഭരണം വാങ്ങുക!

അതാണ് അന്ന് സംഭവിച്ചത്.

അതിൽ ഒരു വൈരുധ്യമുണ്ട്.

അല്ലേ?

അതെ, തീർച്ചയായും

ജീവിതം അങ്ങനെയാണ്. അതിൽ ഒരുപാട് വൈചിത്ര്യങ്ങൾ അടങ്ങിയിരിക്കും. ഈ വൈചിത്ര്യങ്ങൾ തമ്മിലുള്ള ബന്ധങ്ങളും വൈരുധ്യങ്ങളും, പൊരുത്തങ്ങളും പൊരുത്തക്കേടുകളും കണ്ടെത്തുകയെന്നത് തന്നെ ആഹ്ലാദകാരിയായ ഒരനുഭവമായിരിക്കും.

മേരിയുടെ ജീവിതകഥ വായിക്കുമ്പോൾ നമുക്ക് അതനുഭവപ്പെടുന്നുണ്ട്.

ആ ജീവിതം അനേകം വളവുകളും തിരിവുകളും നിറഞ്ഞ ഒന്നായിരുന്നു. തികച്ചും നാടകീയമായ ഒരു ജീവിതം!

ഇടയ്ക്ക് വച്ച് നാമൊന്ന് വഴിമാറിയോ?

സാരമില്ല. തിരികെ വരാം.

പിയറിയുടെയും മേരിയുടെയും ജീവിതത്തിലേക്ക്.

അവർക്ക് രണ്ട് പെൺകുഞ്ഞുങ്ങൾ പിറന്നു.

ഐറീനും ഈവും.

1897 സെപ്തംബറിലാണ് ഐറീൻ ജനിച്ചത്. പിൽക്കാലത്ത് പ്രസിദ്ധ ശാസ്ത്രജ്ഞയായി വളർന്ന ഐറീൻ ക്യൂറി.

ഐറീൻ അറിയപ്പെട്ടത് ഐറീൻ ഫ്രഡറിക് ജൂലിയ എന്നായിരുന്നു.

ഐറീനും ഭർത്താവ് ഫ്രഡറിക് ജൂലിയയുമാണ് 1935 ൽ രസതന്ത്രത്തിനുള്ള നോബൽ പുരസ്കാരം നേടിയതെന്നറിയുമ്പോൾ നാം വീണ്ടും അത്ഭുതപ്പെടും. അലൂമിനിയത്തിന്റെ മേൽ ആൾഫാകണങ്ങൾ നടത്തുന്ന പ്രവർത്തനങ്ങളായിരുന്നു. ഐറീന്റെയും ജൂലിയയുടെയും പഠനം വിഷയം.

ക്യൂറി ദമ്പതിമാരുടെ രണ്ടാമത്തെ മകൾ ഈവ് ജനിച്ചത്. 1902 ലായിരുന്നു. ഈവിനെ വിവാഹം കഴിച്ചത് അമേരിക്കൻ നയതന്ത്ര വിദഗ്ധനായിരുന്ന എച്ച് ആർ ലബോയിസ് ആയിരുന്നു.

ലബോയിസിനെപ്പറ്റി മറ്റൊരു വിശേഷം കൂടി പറയാനുണ്ട്. കുട്ടികൾക്ക് വേണ്ടിയുള്ള യു എൻ സംഘടനയായ യൂണിസെഫിന്റെ ഡയറക്ടറായിരുന്നു ഒരിക്കൽ അദ്ദേഹം. 1965 ലായിരുന്നു അത്. അക്കൊല്ലമാണ് യൂണിസെഫിന് സമാധാനത്തിനുള്ള നോബൽ പുരസ്കാരം ലഭി

മേരി ക്യൂറി കുടുംബത്തോടൊപ്പം

ച്ചത്. യൂണിസെഫിന് വേണ്ടി പുരസ്കാരം ഏറ്റുവാങ്ങിയത് ഡയറക്ടറാ യിരുന്ന ലബോയിസ് ആയിരുന്നു.

ക്യൂറി കുടുംബവുമായി ബന്ധപ്പെട്ട അഞ്ചാമത്തെ നോബൽ പുര സ്കാരമായിരുന്നു അത്. ആ കുടുംബത്തിൽ നോബൽ സമ്മാനം നേടുന്ന നാലാമത്തെ വ്യക്തിയും. മേരി രണ്ട് തവണ നോബൽ പുരസ്കാരം നേടിയല്ലോ?

ഇവയെല്ലാം പിന്നീട് സംഭവിച്ച കാര്യങ്ങൾ. പിൽക്കാല വിദ്യാർഥി കൾക്ക് കാലം കാത്ത് വച്ച ആശ്ചര്യങ്ങൾ.

വിവാഹം കഴിഞ്ഞതിന് തൊട്ടുപിന്നാലെ മേരി തന്റെ ഫെല്ലോഷിപ്പ് പരീക്ഷയിൽ ഉയർന്ന വിജയം കരസ്ഥമാക്കി.

ഇനി വേണ്ടത് ഡോക്ടറൽ ബിരുദമാണ്.

അതിന് പുതിയൊരു വിഷയത്തിൽ പുതിയൊരു പ്രബന്ധം തയാറാക്കണം. പുതിയൊരു വിഷയം പഠിക്കണം.

എന്താണ് ഇനി പഠിക്കാനുള്ള പുതിയ കാര്യം?

മേരിയുടെ അന്വേഷണം ആ വഴിക്കായി.

ഈ അന്വേഷണത്തിൽ ഇപ്പോൾ മേരി ഒറ്റയ്ക്കല്ല. ഏതുകാര്യത്തിലും ആശ്രയിക്കാവുന്ന ഒരു പങ്കാളിയുണ്ടവൾക്ക്.

സ്നേഹത്തിൽ,

ജോലിയിൽ,

കുടുംബത്തിൽ,

ശാസ്ത്ര അന്വേഷണത്തിൽ,

തുടങ്ങി എല്ലാത്തിലും ഒപ്പം നിൽക്കുന്ന ഒരു പങ്കാളി.

ഇനിയങ്ങോട്ടുള്ള അന്വേഷണം അവർ ഒരുമിച്ചാണ്.

ആവേശകരമാണ് ആ അന്വേഷണത്തിന്റെ കഥ. നമുക്ക് നോക്കാം.

3

റേഡിയോ ആക്ടിവത

ഹെന്റി ബക്യൂറൽ എന്ന ഫ്രഞ്ച് ശാസ്ത്രജ്ഞൻ എഴുതിയ ഒരു ലേഖനം മേരിയുടെ ശ്രദ്ധയിൽ വന്നു. ഐറീൻ പിറന്നതിന് തൊട്ടുപിന്നാലെയായിരുന്നു അത്.

ഹെന്റി ബക്യൂറൽ

ഹെന്റി ബക്യുറൽ 1852 ഡിസംബർ 15ന് പാരീസിൽ ജനിച്ചു. ഫോസ്ഫോറസെന്റ് വസ്തുക്കളുടെ മേൽ പ്രകാശം നടത്തുന്ന പ്രവർത്തനങ്ങൾ, കാന്തികത, എക്സ്റേയ്സ് എന്നിവയായിരുന്നു അദ്ദേഹത്തെ ആകർഷിച്ച വിഷയങ്ങൾ. ഈ വഴിക്കുള്ള അന്വേഷണങ്ങളാണ് യുറേനിയത്തിൽ നിന്ന് കിരണങ്ങൾ ഉദ്ഗമിക്കുന്നു എന്ന കണ്ടുപിടുത്തത്തിലേക്ക് എത്തിച്ചത്.

പാരീസ് മ്യൂസിയത്തിലെ നാച്ചുറൽ ഹിസ്റ്ററി വിഭാഗത്തിൽ ഊർജതന്ത്ര പ്രൊഫസറായിരുന്നു ബക്യൂറൽ. ഫ്രഞ്ച് സയൻസ് അക്കാദമിയിലും റോയൽ അക്കാദമി ഓഫ് ബർലിനിലും അംഗമായിരുന്നു. 1900ൽ ഫ്രാൻസിന്റെ ലീജിയൻ ഓഫ് ഓണർ ബഹുമതി ലഭിച്ചു

ഭാര്യ മില്ലി ജാനിൻ.

1908 ആഗസ്റ്റ് 25ന് ബക്യുറൽ അന്തരിച്ചു

ആരോഗ്യപരമായി ചില പ്രശ്നങ്ങൾ അക്കാലത്ത് മേരിക്ക് ഉണ്ടായിരുന്നു. പ്രസവശുശ്രൂഷ തന്നെ കഴിഞ്ഞിരുന്നില്ല. എന്നാൽ ഡോക്ടറേറ്റിനുള്ള പ്രബന്ധം അവതരിപ്പിക്കേണ്ട സമയമായിക്കഴിഞ്ഞിരുന്നുതാനും. ഈ സമയത്താണ് ഹെന്റി ബക്യൂറലിന്റെ ലേഖനം വരുന്നത്.

ഹെന്റി ബക്യുറലിന്റേത് ഒരു ഗവേഷണ പ്രബന്ധമായിരുന്നു. അന്നത്തെ പരിതസ്ഥിതിയിൽ തികച്ചും പുതിയൊരു കാര്യം.

കാര്യമെന്താണെന്നോ?

ഫോസ്ഫോറസെന്റ് പദാർഥങ്ങളെക്കുറിച്ചായിരുന്നു ബക്യുറൽ പഠനം നടത്തിക്കൊണ്ടിരുന്നത്. ഫോസ്ഫോറസെന്റ് പദാർഥങ്ങളെന്നാൽ ഇരുട്ടിൽ തിളങ്ങുന്ന പദാർഥങ്ങൾ എന്നർഥം.

പേരിന് ഫോസ്ഫറസുമായി ഒരു ബന്ധമുണ്ട്. പക്ഷേ, യഥാർഥത്തിൽ ഫോസ്ഫോറസെന്റ് പദാർഥങ്ങൾക്ക് ഫോസ്ഫറസുമായി ഒരു ബന്ധവുമില്ല. ഫോസ്ഫറസ് ഇരുട്ടിൽ തിളങ്ങും എന്ന് നിങ്ങൾക്കറിയാം.

എന്താണതിന്റെ കാരണം?

ഉത്തരം ലളിതം.

ഫോസ്ഫറസ്സ് അന്തരീക്ഷവായുവിലെ ഓക്സിജനുമായി സംയോജിച്ച് തീ പിടിക്കും. കത്തും എന്നർഥം. അങ്ങനെയാണ് ഫോസ്ഫോറസ്സ് ഇരുട്ടിൽ തിളങ്ങുന്നത്.

എന്നാൽ ബക്യൂറൽ നിരീക്ഷിച്ച പദാർഥങ്ങൾ ഇങ്ങനെയുള്ളവ ആയിരുന്നില്ല. അവ ഇരുട്ടിൽ തിളങ്ങുമെന്നത് ശരി തന്നെ. പക്ഷേ, ഫോസ്ഫറസ് പോലെ കത്തിയിട്ടല്ല. പകരം പദാർഥങ്ങൾക്കുള്ളിൽ നിന്ന് സ്വയം ചില കിരണങ്ങൾ പുറത്ത് വരികയാണ്.

ഹെന്റി ബക്യൂറൽ

എക്സ്റേ പോലെയുള്ള എന്തോ ഒന്ന്. അന്ന് എക്സ്റേ കണ്ടുപിടിക്കപ്പെട്ടിട്ട് അധികകാലമൊന്നും ആയിരുന്നില്ല. സ്വാഭാവികമായി പുതിയ കിരണങ്ങളെയും എക്സ്റേയുമായി ബന്ധിപ്പിച്ചാണ് ബക്യൂറൽ ചിന്തിച്ചത്.

ബക്യൂറൽ ചില പരീക്ഷണങ്ങൾ നടത്താൻ തീരുമാനിച്ചു. അദ്ദേഹം ഒരു ഫോട്ടോഗ്രാഫിക് പ്ലേറ്റ് കറുത്ത കടലാസ് കൊണ്ട് പൊതിഞ്ഞു. അതിന്റെ മുകളിൽ ഫോസ്ഫോറസെന്റ് ലവണങ്ങൾ മാറി മാറി

വച്ചുനോക്കി. പ്രത്യേകിച്ചൊന്നും സംഭവിച്ചില്ല. എന്നാൽ യുറേനിയം ലവണങ്ങൾ വച്ച് പരീക്ഷണം ആവർത്തിച്ചപ്പോൾ കഥ മാറി.

യുറേനിയം ലവണം ഫോട്ടോഗ്രാഫിക് പ്ലേറ്റിനെ കറുപ്പിച്ചിരിക്കുന്നു!

യുറേനിയത്തിന്റെ ലവണങ്ങൾ ബാഹ്യപ്രേരണകളൊന്നും കൂടാതെ ചില രശ്മികൾ പ്രസരിപ്പിക്കുന്നു എന്നാണിതിനർഥം. അസാധാരണമായ ചില സ്വഭാവങ്ങൾ ഈ യുറേനിയം രശ്മികൾക്ക് ഉള്ളതായും ബക്യൂറൽ ചൂണ്ടിക്കാട്ടി.

ശാസ്ത്രലോകം ഈ കിരണങ്ങളെ ബക്യൂറൽ കിരണങ്ങൾ (Becquerel rays) എന്ന് പേരിട്ടു. വിളിക്കാൻ തുടങ്ങി

ബക്യൂറൽ കിരണങ്ങളുടെ സ്വഭാവത്തെക്കുറിച്ച് പഠിക്കാൻ തന്നെ മേരി തീരുമാനിച്ചു. പുതിയ ഒരു അറിവും വിഷയവുമാണിത്. അതുകൊണ്ട് പല കാര്യങ്ങൾ പഠിക്കേണ്ടി വരും.

എന്തൊക്കെയാണ് പഠിക്കേണ്ടത്?

ഈ കിരണങ്ങൾ എങ്ങനെയുണ്ടാകുന്നു?

അവയുടെ സ്വഭാവമെന്താണ്?

അവ മറ്റ് വസ്തുക്കളിൽ എന്തെല്ലാം രീതിയിൽ പ്രവർത്തിക്കും?

ഇങ്ങനെ ധാരാളം കാര്യങ്ങൾ പഠിക്കണം.

പക്ഷേ, ആദ്യം പഠിക്കേണ്ടത് ഇതൊന്നുമല്ലെന്ന് മേരി തീരുമാനിച്ചു. പിന്നെന്താണ് ആദ്യം പഠിക്കേണ്ടത്?

യുറേനിയത്തിൽ കണ്ട ഈ കിരണങ്ങൾ മറ്റ് ഏതെങ്കിലും കിരണങ്ങളിൽ കാണുമോ?

ഇതായിരുന്നു മേരിയുടെ ആദ്യത്തെ അന്വേഷണ വിഷയം. ബക്യൂറൽ കിരണങ്ങൾ യുറേനിയത്തിന്റെ മാത്രം കുത്തകയല്ല എന്ന് ആദ്യനോട്ടത്തിൽ തന്നെ മേരിക്ക് തോന്നിയിരുന്നു.

പക്ഷേ, തടസങ്ങൾ ധാരാളമുണ്ടായി.

എവിടെ വച്ച് പരീക്ഷണങ്ങൾ നടത്തും? ആവശ്യമായ ഉപകരണങ്ങളും വസ്തുക്കളും എവിടെ നിന്ന് കിട്ടും?

ഈ ശാസ്ത്രശാഖയെക്കുറിച്ചുള്ള മുൻപഠനങ്ങൾ എവിടെ നിന്ന് കിട്ടും?

അവസാനത്തെ ചോദ്യത്തിനുള്ള ഉത്തരം എളുപ്പം കിട്ടി. കാരണം മുൻപഠനങ്ങൾ ഒന്നുമില്ലായിരുന്നു എന്നത് തന്നെ. ആകെയുള്ളത് ബക്യൂറലിന്റെ പ്രബന്ധം മാത്രം. എവിടെ വച്ച് പരീക്ഷണങ്ങൾ നടത്തുമെന്നത് ഒരു പ്രശ്നം തന്നെയായിരുന്നു. മേരി സർവകലാശാല അധികാരികളുടെ സഹായം തേടി. നിരന്തരമായ അഭ്യർഥനകൾക്കൊടുവിൽ സർകലാശാലയിലെ ഒരു മുറി മേരിക്ക് അനുവദിച്ചു കിട്ടി.

ഒട്ടും സൗകര്യമില്ലാത്ത ഇരുളടഞ്ഞ ഒരു മുറിയായിരുന്നു അത്. യാതൊരു സാങ്കേതിക മേന്മയുമില്ലാത്ത ഒരു ഗോഡൗൺ. ആരോഗ്യം തന്നെ അപകടത്തിലായേക്കാവുന്ന പ്രതികൂല പരിസ്ഥിതി. പക്ഷേ, പരീക്ഷണങ്ങൾ വേണ്ടെന്ന് വയ്ക്കാനാവില്ല. സർവകലാശാലയിലെ ഭൗതിക

ശാസ്ത്രവിഭാഗം മേധാവിയെ പല തവണ കണ്ട് അഭ്യർഥിച്ചിട്ടാണ് ഇതുതന്നെകിട്ടിയത്. എല്ലാ പരിമിതികൾക്കും നടുവിൽ നിന്നുകൊണ്ട് മുന്നോട്ടുപോവുക തന്നെ എന്ന് മേരി തീരുമാനിച്ചു.

പരീക്ഷണങ്ങൾ തുടങ്ങുക തന്നെ.

അന്നോളം കണ്ടുപിടിച്ചിട്ടുള്ള എല്ലാ മൂലകങ്ങളും ഉപയോഗിച്ച് മേരി പരീക്ഷണങ്ങൾ നടത്തി.

ഒടുവിൽ മനസിലായി.

യൂറേനിയം മാത്രമല്ല മറ്റൊരു മൂലകവും കൂടി ഇതേ സ്വഭാവം പ്രകടിപ്പിക്കുന്നുണ്ട്. അത് തോറിയം എന്ന മൂലകമാണ്.

പുതിയ പ്രതിഭാസത്തിന് എന്ത് പേരിടണമെന്നായി മേരിയുടെ ചിന്ത. മേരി അതിന് പുതിയൊരു പദം സൃഷ്ടിച്ചു.

റേഡിയോ ആക്ടിവത (Radio Activity).

മേരി സൃഷ്ടിച്ച പദമാണത്. ഇന്നും ആ വാക്ക് നിലനിൽക്കുന്നു.

എന്താണ് റേഡിയോ ആക്ടിവത എന്നുപറഞ്ഞാൽ?

അണുഭാരം വളരെ കൂടിയ മൂലകങ്ങളിൽ കാണപ്പെടുന്ന ഒരു പ്രതിഭാസമാണത്. അവയ്ക്ക് സ്ഥിരതയില്ലാ എന്നു പറയാം. അവയുടെ കേന്ദ്രത്തിൽ നിന്ന് ചില തരംഗങ്ങൾ/കണങ്ങൾ ഉത്സർജിക്കും. ന്യൂട്രോണു

ആൽഫാ, ബീറ്റ, ഗാമ

ആൽഫാ കണങ്ങൾക്ക് പോസിറ്റീവ് ചാർജ് ഉണ്ട്. രണ്ട് ന്യൂട്രോണുകളും രണ്ട് പ്രോട്ടോണുകളും അടങ്ങുന്നതാണ് ആൽഫാ കണം. ഇത് ഒരു ഹീലിയം ന്യൂക്ലിയസിന് തുല്യമാണ്. അതായത് ഒരു ആറ്റത്തിൽ നിന്ന് ഒരു ആൽഫാ കണം പുറത്തു പോവുകയെന്ന് പറഞ്ഞാൽ അതിന്റെ കേന്ദ്രത്തിൽ നിന്ന് രണ്ട് പ്രോട്ടോണും രണ്ട് ന്യൂട്രോണും പുറത്തു പോവുകയെന്നതാണ്. എന്നാൽ ബീറ്റാ കണം ഇലക്ട്രോൺ തന്നെയാണ്. ആറ്റത്തിൽ സാധാരണ കാണപ്പെടുന്ന ഇലക്ട്രോൺ അല്ല ഇങ്ങനെ പുറത്തുപോകുന്നത്. പകരം അണുവിന്റെ കേന്ദ്രത്തിലെ ന്യൂട്രോൺ പിളർന്ന് ഒരു പ്രോട്ടോണും ഇലക്ട്രേണും രൂപപ്പെടും. ഈ ഇലക്ട്രോൺ ആണ് ബീറ്റാ കിരണമായി പുറത്ത് പോകുന്നത്. അതായത് ഒരു ബീറ്റാ കണം പുറത്ത് പോകുമ്പോൾ അണുവിന്റെ കേന്ദ്രത്തിൽ ഒരു പ്രോട്ടോണിന്റെ എണ്ണം കൂടും. ഗാമാ കിരണം വൈദ്യുതപരമായി ഉദാസീനമായ തരംഗങ്ങളാണ്.

കളും പ്രോട്ടോണുകളുമാണ് അണുകേന്ദ്രത്തിലുള്ള മൗലിക കണങ്ങൾ എന്ന് നിങ്ങൾ പഠിച്ചിട്ടുണ്ടല്ലോ? അണുവിന്റെ കേന്ദ്രത്തിൽ നിന്ന് പുറത്തേക്ക് ഉത്സർജിക്കുന്നത് ഈ മൗലിക കണങ്ങൾ തന്നെയാണ്. അപ്പോൾ വേറൊരു ചോദ്യം വരാം. ഇങ്ങനെ മൗലിക കണങ്ങൾ പുറത്ത് പോയാൽ അണുവിന്റെ ഘടന മാറിപ്പോവില്ലേ?

പോകും. ആ മൂലകം മറ്റൊരു മൂലകമായി മാറും. മാത്രമല്ല ഇങ്ങനെ പുറത്ത് വരുന്ന കിരണങ്ങൾ മൂന്ന് തരത്തിൽ ഉണ്ട്. അവയെക്കുറിച്ച് കൂടുതൽ അറിയാൻ പാടില്ലാതിരുന്ന അക്കാലത്ത് അവയെ പേരിട്ട് വിളിക്കുക ബുദ്ധിമുട്ടായി തോന്നി.

ബക്യൂറൽ കിരണങ്ങൾ എന്ന് പൊതുവായിപ്പറഞ്ഞാൽ പോര. ഓരോന്നിനേയും വിശേഷാൽ പേര് ച്ചൊല്ലി വിളിക്കണം. ഒടുവിൽ അവയെ ഗ്രീക്ക് അക്ഷരമാലയിലെ ആദ്യത്തെ മൂന്ന് അക്ഷരമങ്ങൾ കൊണ്ട് സൂചിപ്പിക്കാൻ തീരുമാനിച്ചു.

ആൽഫാ.

ബീറ്റ.

ഗാമ.

ഐസോടോപ്പുകൾ

ഒരുമൂലകത്തിന്റെ വ്യത്യസ്ത ഇനം ആറ്റങ്ങളെയാണ് ഐസോടോപ്പുകൾ എന്ന് പറയുന്നത്. മൂലകത്തിന്റെ രാസ സ്വഭാവം നിർണയിക്കുന്നത് അതിലെ പ്രോട്ടോണുകളുടെയും ഇലക്ട്രോണുകളുടെയും എണ്ണമാണ്. പ്രോട്ടോണുകളുടെയും ഇലക്ട്രോണുകളുടെയും എണ്ണം തുല്യമായിരിക്കും. ഈ എണ്ണമാണ് മൂലകത്തിന്റെ അണുസംഖ്യ. ഇവ രണ്ടും കൂടാതെ ആറ്റത്തിലുള്ള മറ്റൊരു മൗലിക കണമാണ് ന്യൂട്രോൺ. ഒരേ മൂലകങ്ങളുടെ വ്യത്യസ്ത രൂപങ്ങളിൽ ന്യൂട്രോണുകളുടെ എണ്ണം വ്യത്യസ്തമായിരുന്നാൽ അവയെ വ്യത്യസ്ത ഐസോടോപ്പുകൾ എന്ന് വിളിക്കാം.

ആൽഫാ കിരണങ്ങൾക്ക് പോസിറ്റീവ് ചാർജ് ഉണ്ട്. ബീറ്റാ കിരണങ്ങൾക്ക് നെഗറ്റീവ് ചാർജാണ് ഉള്ളത്. ഗാമ കിരണങ്ങൾ ചാർജ് ഒന്നുമില്ലാത്ത നിഷ്ക്രിയ കിരണങ്ങളാണ്.

എന്താണ് ആൽഫാ, ബീറ്റാ, ഗാമയുടെ അർഥം?

വിശേഷിച്ച് അർഥമൊന്നുമില്ല. ഇംഗ്ലീഷിൽ എ ബി സി എന്ന് പറയുന്നത് പോലെയേ ഉള്ളൂ. എസ്ക്റേ ഉണ്ടല്ലോ? റോബർട്ട് റോൺജൺ

ആണ് അവ കണ്ടുപിടിച്ചത്. 'എക്സ്' എന്ന അക്ഷരമാണ് ഈ കിരണ ങ്ങൾക്ക് പേരായി നൽകിയത്.

ഇതുപോലെ തന്നെയാണ് ആൽഫാ, ബീറ്റ, ഗാമ എന്നീ പേരുകളും.

ശരി; നമുക്ക് അതിന്റെ ശാസ്ത്രത്തിലേക്ക് വരാം.

കിരണങ്ങളുടെ ഉത്സർജനം വലിയ മൂലകങ്ങളെ സ്ഥിരതയുള്ള ചെറിയ മൂലകങ്ങളാക്കി മാറ്റും. ഉദാഹരണമായി കാർബൺ – 14 (C^{14}) എന്നൊരു മൂലകമുണ്ട്. കാർബണിന്റെ ഒരു ഐസോടോപ്പാണത്. ഇതിൽ നിന്ന് റേഡിയോ ആക്ടിവ് കിരണങ്ങൾ പുറത്തു വരും. ഒടുവിൽ ആ മൂലകം നൈട്രജൻ – 14 (N^{14}) ആറ്റമായി മാറും.

അണുവിൽ വരുന്ന ഈ മാറ്റമാണ് അണുശോഷണം എന്നറിയപ്പെ ടുന്നത്. ഒരു പ്രത്യേക ആറ്റം അണുശോഷണത്തിന് വിധേയമാകുന്നത് എപ്പോഴാണ് എന്ന് മുൻകൂട്ടി പറയാനാവില്ല. റേഡിയോ ആക്ടീവത തികച്ചും ആകസ്മികമാണ് എന്നർഥം. എന്നാൽ ഒരു നിശ്ചിത അളവി ലുള്ള മൂലകം എത്രകാലം കൊണ്ട് അതിന്റെ പകുതിയായി മാറും എന്ന് കണക്കാക്കപ്പെട്ടിട്ടുണ്ട്.

ഉദാഹരണമായി പത്ത് ഗ്രാം യുറേനിയം എത്രകാലം കൊണ്ട് അഞ്ച് ഗ്രാം ആയി മാറും എന്ന് കണ്ടുപിടിച്ചിട്ടുണ്ട്.

പത്ത് ഗ്രാം എന്നത് ഒരു നിശ്ചിത സംഖ്യയല്ല. യുറേനിയം എത്രയു മാകട്ടെ, അതിന്റെ അളവ് പകുതിയായി കുറയാൻ എത്രകാലം വേണം എന്ന് ഇപ്പോൾ അറിയാം.

ഈ കാലയളവിനെ അർധായുസ്സ് (Half life) എന്നാണ് വിളിക്കുന്ന ത്. യുറേനിയം 238 (U^{238}) എന്ന മൂലകത്തിന്റെ അർധായുസ് നാൽപ്പ ത്തഞ്ച് ലക്ഷം വർഷങ്ങളാണ്.

U^{238} എന്ന മൂലകം റേഡിയോ ശോഷണത്തിന് വിധേയമായി തോറിയം 234 ആയി മാറും.

ഈ പ്രവർത്തനത്തിൽ യുറേനിയത്തെ മാതൃമൂലകം (Parant Nuclide) എന്ന് വിളിക്കും. തോറിയം ആകട്ടെ പുത്രികാ മൂലകം (Daughter nuclide) എന്നാണ് ഇവിടെ വിശേഷിപ്പിക്കപ്പെടുന്നത്. ഇങ്ങനെയു ണ്ടാകുന്ന തോറിയത്തിനും റേഡിയോ ആക്ടിവതയുണ്ട് എന്ന് നേരത്തേ പറഞ്ഞു. അതാണല്ലോ മേരിയുടെ ആദ്യത്തെ കണ്ടുപിടുത്തം.

അപ്പോൾ തോറിയത്തിൽ നിന്ന് മറ്റൊരു പുത്രികാമൂലകം ഉണ്ടാകും എന്ന് വരുന്നു. അത് പ്രൊട്ടക്ടീനിയം (Pa) ആണ്.

പ്രൊട്ടാക്ടീനിയത്തിന് ശോഷണമുണ്ടോ?

ഉണ്ട്.

അപ്പോൾ ഇതൊരു ശൃംഖലാ പ്രവർത്തനമാണ് എന്ന് വരുന്നു. ഇതിനെ ശോഷണശൃംഖല (Decay chain) എന്ന് വിളിക്കാം.

യുറേനിയം 238 ന്റെ ശോഷണ ശൃംഖല താഴെപ്പറയുന്ന മാതിരി യാണ്.

യുറേനിയത്തിൽ നിന്ന് ആൽഫാ കണങ്ങൾ പുറത്ത് വരുന്നു. അതിന്റെ ഫലമായി യുറേനിയം ആറ്റം തോറിയം ആറ്റമായി മാറുന്നു. നിശ്ചിത യുറേനിയം മൂലകത്തിന്റെ പകുതി തോറിയമായി മാറാൻ 4.5 ദശലക്ഷം വർഷമെടുക്കും.

തോറിയം മൂലകം ബീറ്റാകിരണങ്ങളെ പുറത്ത് വിടും. അതിലൂടെ അത് പ്രൊട്ടക്ടീനിയം എന്ന മൂലകമായി മാറും. പ്രൊട്ടക്ടീനിയത്തിന്റെ അർധായുസ് എത്രയെന്നോ? വെറും ഇരുപത്തിനാല് ദിവസം.

പ്രൊട്ടക്ടീനിയത്തിന് എന്തു ശോഷണമാണ് സംഭവിക്കുന്നത്?

പ്രൊട്ടാക്ടിനിയം ബീറ്റാകിരണങ്ങളെ പുറത്ത് വിടുന്നു. വെറും 1.2 മിനുട്ടാണ് അർധായുസ്. അങ്ങനെ പ്രൊട്ടക്ടീനിയം മൂലകം U^{234} എന്ന യുറേനിയം മൂലകമായി മാറുന്നു.

ശോഷണം തുടങ്ങിവച്ച യുറേനിയം മൂലകമല്ല ഇപ്പോൾ ഉണ്ടായിരിക്കുന്നത്. തുടങ്ങിയത് U^{238}ൽ നിന്നായിരുന്നുവല്ലോ?

ഇവ രണ്ടും യുറേനിയത്തിന്റെ രണ്ട് ഐസോടോപ്പുകളാണ്. ഐസോടോപ്പുകൾ എന്താണെന്ന് പ്രത്യേകം വിശദീകരിച്ചിട്ടുണ്ട്. മനസിലാക്കാൻ അൽപ്പം പ്രയാസമുള്ള വിഷയമായതിനാൽ നമുക്ക് വീണ്ടും ശോഷണശൃംഖലയിലേക്ക് തന്നെ തിരിച്ചുവരാം.

നാമിപ്പോൾ യുറേനിയം^{234} (U^{234}) ലാണ് നിൽക്കുന്നത്. U^{234}ൽ നിന്ന് ആൽഫാ കണം പുറത്ത് വരുന്നു. അത് തോറിയം230 (Th^{230}) ആയി മാറുന്നു. അർധായുസ് രണ്ട് ലക്ഷത്തി നാൽപ്പതിനായിരം വർഷം. തോറിയം^{230} വീണ്ടും ആൽഫാ കണം ഉത്സർജിക്കുന്നു. അത് റേഡിയം^{226} (Ra^{226}) ആയി മാറുന്നു. അർധായുസ് എഴുപത്തിയേഴായിരം വർഷം.

റേഡിയവും റേഡിയോ ആക്ടിവത പ്രകടിപ്പിക്കുന്ന മൂലകമാണ്. അത് ആൽഫാ കണം ഉത്സർജിക്കും. അതിൽ നിന്ന് റാഡോൺ^{222} (Rn^{222}) എന്ന മൂലകം ഉണ്ടാകുന്നു. അർധായുസ് 1600 വർഷങ്ങൾ

കഴിഞ്ഞില്ല. റഡോണും ആൾഫാ കണം ഉത്സർജിക്കും. അർധായുസ് വെറും 3.8 ദിവസങ്ങൾ. ഉണ്ടാകുന്ന മൂലകം പൊളോണിയം^{218} (Po^{218}).

പൊളോണിയം വെറുതെയിരിക്കുമോ?

ഇല്ല അതിനുമുണ്ട് റേഡിയോ ആക്ടീവത. അത് ആൽഫാകണത്തെ പുറത്തുവിട്ട് ലെഡ്^{214} (Pb^{214}) ആകുന്നു. അർധായുസ്സ് വെറും 3.1 മിനിറ്റുകൾ.

ലെഡ്ഡ് എന്നാൽ ഈയം തന്നെ. എന്നാൽ ലെഡ്^{214}ന് റേഡിയോ ആക്ടീവതയുണ്ട്. അത് പുറത്തു വിടുന്നത് ബീറ്റാകണത്തെയാണ്. ഇരുപത്തിയേഴ് മിനിട്ടാണ് അർധായുസ്. ഉണ്ടാകുന്ന പുത്രികാ മൂലകം ബിസ്മത്ത്^{214} (Bi^{214}). ബിസ്മത്ത് വീണ്ടും ബീറ്റാകണം പുറത്തു വിടും. അർധായുസ്സ് വെറും ഇരുപത് മിനിറ്റുകൾ മാത്രം. ഇവിടെ ഉണ്ടാകുന്ന മൂലകം പൊളോണിയം^{214} (Po^{214}).

പൊളോണിയം^{214} ആൽഫാ കണത്തെയാണ് ഉത്സർജിക്കുന്നത്. അത് ലെഡ്^{210} (Pb^{210}) ആയി മാറും. ലെഡിൽനിന്ന് വീണ്ടും ഒരു ബീറ്റാ കണം പുറത്ത് വരുന്നു. അർധായുസ് 22 വർഷങ്ങൾ ബിസ്മത്ത്^{210} (Bi^{210}) ഉണ്ടാകുന്നു.

ഈ ശൃംഖല ഒരിക്കലും നിലയ്ക്കുകയില്ലെന്ന് തോന്നുന്നുണ്ടോ? അങ്ങനെ വിചാരിക്കേണ്ട. റേഡിയോ ആക്ടിവത പ്രകടിപ്പിക്കാത്ത ഒരു പുത്രികാ മൂലകം ഉണ്ടാകുമ്പോൾ പ്രവർത്തനം നിലയ്ക്കുകതന്നെ ചെയ്യും.

നമുക്ക് നോക്കാം.

ബിസ്മത്തിൽ നിന്ന് ബീറ്റാ കണം ഉത്സർജിക്കുക വഴി പോളോണിയം^{210} (Po^{210}) ഉണ്ടാകുന്നു. അർധായുസ് വെറും അഞ്ചു ദിവസങ്ങൾ മാത്രം.

പൊളോണിയം 210 ആൽഫാ കണത്തെയാണ് പുറത്തു വിടുന്നത്. അർധായുസ് നൂറ്റിനാൽപ്പത് ദിവസം. ഇവിടെ ഉണ്ടാകുന്ന മൂലകം ലെഡ് 206 ആണ്.

ലെഡ് 206 സ്ഥിരതയുള്ള ഒരു മൂലകമാണ്. അതിന് റേഡിയോ ആക്ടിവതയില്ല. അതുകൊണ്ട് ആ മൂലകത്തിന് മാറ്റം വരുന്നുമില്ല. അങ്ങനെ യുറേനിയം^{238} എന്ന മൂലകം റേഡിയോ ആക്ടിവത വഴി ലെഡ്^{208} ആയി മാറുന്നു.

ഈ ശൃംഖലയുടെ വിശദാംശങ്ങൾ മേരിക്ക് അറിയാമായിരുന്നില്ല. വിശേഷിച്ചും പൊളോണിയം, റേഡിയം, റാഡോൺ എന്നീ മൂലകങ്ങളെപ്പറ്റി പഠനം തുടങ്ങുന്ന വേളയിൽ മേരി കേട്ടിട്ടു പോലുമുണ്ടായിരുന്നില്ല. അക്കാലത്ത് ആ മൂലകങ്ങൾ കണ്ടുപിടിക്കപ്പെട്ടിരുന്നില്ല.

തുടക്കത്തിൽ മേരി കണ്ടെത്തിയ കാര്യമിതാണ്.

സ്ഥിരതയില്ലാത്ത മൂലകങ്ങളിൽ നിന്ന് റേഡിയോ ആക്ടിവ് കിരണങ്ങൾ പുറത്ത് വരുന്നു. ആ മൂലകം മറ്റൊന്നായി മാറുന്നു.

ശാസ്ത്രലോകത്ത് അന്നുവരെ നിലനിന്നിരുന്ന ഒരു അടിസ്ഥാനവിശ്വാസപ്രമാണത്തെയാണ് ഈ ഒരൊറ്റ കണ്ടുപിടുത്തത്തിലൂടെ മേരി തകർത്തെറിഞ്ഞത്.

മൂലകങ്ങൾ മാറ്റങ്ങളില്ലാത്ത മൗലികകണങ്ങൾ കൊണ്ടാണ് നിർമിച്ചിരിക്കുന്നത് എന്നായിരുന്നു അന്ന് വരെ കരുതിപ്പോന്നത്. ഒരു മൂലകം മറ്റൊന്നായി മാറണമെങ്കിൽ ഒന്നുകിൽ ഏതെങ്കിലുമൊരു ഊർജരൂപം അതിന്മേൽ പ്രയോഗിക്കണം.

എന്ന് പറഞ്ഞാലെന്താ?

ചൂടാക്കുകയോ, വൈദ്യുതി കടത്തിവിടുകയോ അതുപോലെ എന്തെങ്കിലുമോ വേണമെന്നർഥം.

അല്ലെങ്കിൽ അത് രാസപ്രവർത്തനത്തിന് വിധേയമാകണം.

ഇതായിരുന്നു അന്നുവരെ ശാസ്ത്രലോകം അംഗീകരിച്ചിരുന്ന ധാരണ.

അതാണ് തിരുത്തപ്പെട്ടത്.

റേഡിയോ ആക്ടിവത പ്രകടിപ്പിക്കുന്ന മൂലകങ്ങൾ ബാഹ്യപ്രേരണയൊന്നുംകൂടാതെയാണ് മാറ്റങ്ങൾക്ക് വിധേയമാകുന്നത്.

റേഡിയോ ആക്ടീവത ആശ്ചര്യ ജനകവും മഹത്തായതുമായ ഒരു കണ്ടുപിടുത്തമായിരുന്നു. ഈ കണ്ടുപിടുത്തത്തിന് 1903ൽ ഫിസിക്സിനുള്ള നോബൽസമ്മാനം നൽകിക്കൊണ്ടാണ് ശാസ്ത്രലോകം ഈ ശാസ്ത്രജ്ഞരെ ആദരിച്ചത്. റേഡിയോ ആക്ടീവതയുടെ കണ്ടുപിടിത്തത്തിലേക്ക് വഴികാട്ടിയ മൂന്നുപേരും ചേർന്ന് പുരസ്കാരം പങ്കിടുകയായിരുന്നു.

പുരസ്കാരത്തിന്റെ ആദ്യപകുതി ഈ പരീക്ഷണം തുടങ്ങിവച്ച ഹെന്റി ബക്യൂറലും, രണ്ടാം പകുതി, പരീക്ഷണങ്ങൾ മുഴുമിപ്പിച്ച പിയറിയും മേരിയും ചേർന്നു പങ്കിട്ടു. അത് മേരിയുടെ ആദ്യ നോബൽ പുരസ്കാരമായി. ഒപ്പം, നോബൽ സമ്മാനം നേടുന്ന ആദ്യ വനിത മേരിയുമായി

1898ൽ ആണ് മേരി റേഡിയോ ആക്ടിവിറ്റി കണ്ടുപിടിക്കുന്നത്. മൂത്തമകൾ ഐറീന് അപ്പോൾ ഒരു വയസ്സ്.

മേരി ഒരു ശാസ്ത്രജ്ഞയായിരുന്നു

ഒപ്പം ഒരു അമ്മയും.

മേരി ദിനംതോറുമുള്ള തന്റെ അനുഭവക്കുറിപ്പുകൾ ഡയറിയിൽ എഴുതിയിരുന്നു. ആ ഡയറിയിൽ പരീക്ഷണക്കുറിപ്പുകൾ മാത്രമായിരുന്നില്ല ഉണ്ടായിരുന്നത്.

ഐറീന്റെ കൊഞ്ചലുകൾ, വീട്ടിലെ പ്രശ്നങ്ങൾ, സുഖദുഃഖങ്ങൾ, ചെറിയ ചെറിയ പ്രശ്നങ്ങൾ എന്നിവയൊക്കെ അതിൽ രേഖപ്പെടുത്തിയിരുന്നു.

മേരി ഒരു അമാനുഷിക ആയിരുന്നില്ല.

പച്ചയായ ഒരു മനുഷ്യസ്ത്രീ.

മേരിയെ മുഴുവനായി ആ ഡയറിക്കുറിപ്പുകളിൽ വായിക്കാം.

ഒരു ഡയറിക്കുറിപ്പുകളിലേക്കല്ല, കാലം മേരിക്കായി കാത്തുവച്ച വലിയ വലിയ അത്ഭുതങ്ങളിലേക്കാണ് നാമിപ്പോൾ പോകുന്നത്.

4

പോളോണിയവും റേഡിയവും

പിച്ച് ബ്ലൻഡ് എന്നൊരു രാസവസ്തുവുണ്ട്. ഒരു ഖനിജമാണത്. രണ്ട് കാര്യങ്ങളാണ് പിച്ച്ബ്ലൻഡിനേപ്പറ്റി പറയാനുള്ളത്.

ഒന്ന്, അത് യുറേനിയത്തിന്റെ ഒരു ഖനിജമാണ്. പിച്ച് ബ്ലൻഡിൽ നിന്ന് യുറേനിയം വേർതിരിച്ചെടുക്കാൻ കഴിയും എന്നർഥം.

രണ്ട് പിച്ച് ബ്ലൻഡ് ഒരു ക്ലോറൈഡ് സംയുക്തമാണ്. യുറേനിയം അടങ്ങിയിട്ടുള്ള ഒരു ക്ലോറൈഡ് ലവണമാണത് എന്നർഥം.

ഇവയിൽ ഒന്നാമത്തെ സവിശേഷതയാണ് മേരിയെ പിച്ച് ബ്ലൻഡിൽ എത്തിച്ചത്.

മേരിക്ക് ഒരു കാര്യം മനസിലായി. പിച്ച് ബ്ലൻഡിൽ നിന്ന് യുറേനിയം വേർതിരിച്ചെടുത്തു കഴിഞ്ഞുള്ള അവശിഷ്ടങ്ങൾ യുറേനിയത്തിനുള്ളതിനേക്കാൾ കൂടുതൽ റേഡിയോ ആക്ടിവതയുണ്ട്. അക്കാലത്ത് ഒരു പ്രബന്ധത്തിൽ മേരി ഇങ്ങനെയെഴുതി:

"ഒരുകാര്യം വ്യക്തം. പിച്ച് ബ്ലൻഡിൽ മറ്റൊരു മൂലകം കൂടി അടങ്ങിയിട്ടുണ്ട്. അത് യുറേനിയത്തേക്കാൾ പലമടങ്ങ് റേഡിയോ ആക്ടിവ് സ്വഭാവമുള്ളതാണ്."

ശാസ്ത്രലോകം പക്ഷേ മേരിയുടെ ഈ വാക്യം വേണ്ടത്ര ശ്രദ്ധയോടെ പരിഗണിച്ചില്ല.

ഇത് മേരിയുടെ ഒരു അനുമാനം (Hypothesis) മാത്രമായിരുന്നു. ഈ അനുമാനം തെളിയിക്കണം എന്ന ഉൽക്കടമായ ആഗ്രഹം അക്കാലത്ത് തന്നിൽ വളർന്നു വന്നിരുന്നു എന്നും മേരി പിൽക്കാലത്ത് എഴുതിയിട്ടുണ്ട്.

ശാസ്ത്രലോകം ശ്രദ്ധിച്ചില്ലെങ്കിലെന്താ, സ്വന്തം അനുമാനങ്ങളും പരീക്ഷണങ്ങളുമായി മുന്നോട്ട് പോവുകതന്നെ – ഇതായിരുന്നു മേരിയുടെ തീരുമാനം.

മറ്റാരും ശ്രദ്ധിച്ചില്ലെങ്കിലും മേരിയുടെ പരീക്ഷണങ്ങളെ അത്യധികം ഗൗരവത്തോടെ വീക്ഷിക്കുന്ന ഒരാൾ ഉണ്ടായിരുന്നു. അത് മറ്റാരുമായിരുന്നില്ല.

പിയറി ക്യൂറി.

പിയറി അക്കാലത്ത് ക്രിസ്റ്റലോഗ്രാഫിയിലായിരുന്നു കൂടുതൽ പരീക്ഷണങ്ങൾ നടത്തിയിരുന്നത്. ആ പരീക്ഷണങ്ങൾ തൽക്കാലത്തേക്കു നിറുത്തിവച്ച് മേരിയെ സഹായിക്കാൻ ഒപ്പംകൂടാമെന്ന് പിയറി തീരുമാനിച്ചു.

പിയറിക്ക് മനസിലായിക്കഴിഞ്ഞിരുന്നു, മേരി വളരെ പ്രധാനപ്പെട്ടതും ഗൗരവമാർന്നതുമായ ഒരു പുതിയ വഴിയിലൂടെ മുന്നോട്ടുപോയിക്കൊണ്ടിരിക്കുകയാണെന്ന്.

ഇരുവരും ചേർന്ന് ഗവേഷണം തുടർന്നു. 1898 ജൂലൈ 21 ാംതീയതി പിച്ച് ബ്ലൻഡിൽ ഒളിച്ചിരുന്ന രണ്ടാമത്തെ മൂലകത്തെ അവർ കണ്ടെത്തി.

പിയറിയും മേരിയും ചേർന്ന് പ്രസിദ്ധീകരിച്ച ഒരു പ്രബന്ധത്തിലാണ് ഇക്കാര്യം അവർ പ്രഖ്യാപിച്ചത്.

ഒരു പുതിയ മൂലകം!

അതിന്റെ അറ്റോമിക സംഖ്യ 84 ആണെന്ന് അവർ കണക്കാക്കി. അതായത് ഈ പുതിയ മൂലകത്തിൽ 84 ഇലക്ട്രോണുകളും 84 പ്രോട്ടോണുകളും ഉണ്ടായിരിക്കും. അതിന്റെ അണുഭാരമാകട്ടെ 209 ഉം.

'ഈ പുതിയ മൂലകത്തിന് എന്തു പേരിടണം?'

മേരിയും പിയറിയും കൂടി ആലോചിച്ചു.

എന്തു പേരിടണം?

മേരിക്ക് തന്റെ ജന്മദേശത്തെക്കുറിച്ച് ഓർമ വന്നു. റഷ്യയുടെ ആധിപത്യത്തിൽ നിന്ന് പുറത്തുവരാൻ വെമ്പുന്ന മാതൃരാജ്യം.

മേരി അപ്പോൾ എന്തെല്ലാം ഓർത്തുകാണും?

അച്ഛൻ!

അമ്മ!

സോഫിയ!

മറ്റ് സഹോദരങ്ങൾ!

രഹസ്യമായി പോളിഷ് ഭാഷയും സംസ്കാരവും പഠിപ്പിച്ച വിദ്യാലയം!

രഹസ്യവിദ്യാലയ സംഘം!

പൊലീസ് പിടിയിലായവരും സൈബീരിയയിലേക്ക് നാടുകടത്തപ്പെട്ടവരുമായ പ്രക്ഷോഭകർ!

പുതിയ മൂലകത്തിന് എന്തു പേരിടണമെന്ന് മേരിക്ക് അധികം ആലോചിക്കേണ്ടിവന്നില്ല.

"പൊളോണിയം."

മേരി പതിയെ പറഞ്ഞു:

"പൊളോണിയം!"

പോളണ്ട് എന്ന പേരിൽ നിന്നാണ് മേരി പൊളോണിയം എന്ന പദം സൃഷ്ടിച്ചത്. അങ്ങനെ തന്റെ പ്രധാനപ്പെട്ട ഒരു കണ്ടുപിടിത്തം മേരി തന്റെ മാതൃരാജ്യത്തിന് സമർപ്പിച്ചു.

പൊളോണിയം വേർതിരിച്ചെടുത്ത് ആറ് മാസം കഴിഞ്ഞപ്പോൾ മേരിക്ക് മറ്റൊരു കാര്യം കൂടി മനസിലായി.

എന്താണെന്നോ?

പിച്ച് ബ്ലൻഡിൽ നിന്ന് യുറേനിയവും പൊളോണിയവും വേർതിരിച്ചെടുത്തു കഴിഞ്ഞാലും അവശേഷിക്കുന്ന ധാതുവിൽ പിന്നെയും കാണപ്പെടുന്നു, റേഡിയോ ആക്ടീവ് സ്വഭാവം. തീർത്തും അവശിഷ്ട പിച്ച് ബ്ലൻഡിന് യുറേനിയത്തെയും പൊളോണിയത്തേയുംകാൾ ഉയർന്ന റേഡിയോ ആക്ടിവതയുണ്ട്. അത്ഭുതകരമായിരിക്കുന്നു; അല്ലേ?

മേരിക്ക് പക്ഷേ, അത്ഭുതമൊട്ടും തന്നെ തോന്നിയില്ല. മേരി പുതിയൊരു നിഗമനത്തിലെത്തി. അതെന്താണെന്ന് ഇപ്പോൾ നിങ്ങൾക്ക് ഊഹിക്കാൻ കഴിയുന്നുണ്ടാകും. അല്ലേ?

ശരിതന്നെ.

പിച്ച് ബ്ലൻഡിൽ മൂന്നാമത്തെ മൂലകം കൂടിയുണ്ട് എന്ന് മേരി ഊഹിച്ചു. മറ്റൊന്ന് കൂടി മേരി ശ്രദ്ധിച്ചു. ഈ പുതിയ മൂലകത്തിന് യുറേനിയത്തെയും പൊളോണിയത്തെയും കാൾ ഉയർന്ന റേഡിയോ ആക്ടീവതയുണ്ടായിരിക്കണം.

ഉയർന്ന റേഡിയോ ആക്ടിവതയുണ്ട് എന്ന് സൂചിപ്പിക്കാൻ വേണ്ടി മേരി ആ പുതിയ മൂലകത്തിന് റേഡിയം എന്ന് പേരിട്ടു.

രണ്ട് പുതിയ മൂലകങ്ങൾ കണ്ടെത്തിയിരിക്കുന്നു എന്ന വാർത്ത ശാസ്ത്രലോകത്ത് പലതരം ചർച്ചകൾക്ക് വഴിവച്ചു.

ആ കണ്ടുപിടുത്തങ്ങളെ പുച്ഛിച്ചു തള്ളാനും ചിലർ തയാറായി.

മേരിക്ക് പുതിയ മൂലകങ്ങളെ കണ്ടെത്താനൊന്നും കഴിയില്ല എന്ന് വിചാരിച്ച പല ശാസ്ത്രജ്ഞരുമുണ്ടായിരുന്നു.

"അതിന് അവർക്ക് രസതന്ത്രത്തിൽ ബിരുദമില്ലല്ലോ." എന്നായിരുന്നു അവരുടെ ന്യായവാദം.

പക്ഷേ ഈ പുച്ഛത്തിന്റെ യഥാർഥ കാരണം നമുക്കറിയാം.

മേരി ഒരു സ്ത്രീയാണ്.

അത്രമാത്രം.

ഒരു സ്ത്രീയുടെ കണ്ടുപിടുത്തങ്ങളെ അത്രവേഗതത്തിലൊന്നും പുരുഷമേധാവിത്ത സമൂഹം അംഗീകരിച്ച് കൊടുക്കില്ലല്ലോ?

അന്നും ഇന്നും അതെങ്ങനെ തന്നെ.

എന്തായാലും പിയറിയും മേരിയും ഇതൊന്നും കാര്യമാക്കിയില്ല. അവർ പരീക്ഷണങ്ങൾ തുടരാൻ തന്നെ തീരുമാനിച്ചു. പക്ഷേ, ഇപ്പോഴാണ് അവർ യഥാർഥ പ്രതിസന്ധിയെ അഭിമുഖീകരിക്കാൻ തുടങ്ങിയത്.

പരീക്ഷണത്തിന് വളരെയധികം പിച്ച് ബ്ലൻഡ് വേണം. ടൺ കണക്കിന് പിച്ച് ബ്ലൻഡ്.

പരീക്ഷണശാലയിൽ

എവിടെനിന്ന് കിട്ടും, അത്?

അപ്പോൾ അവർക്ക് മറ്റൊരു വാർത്ത കിട്ടി. ബോഹിമിയ എന്ന സ്ഥലത്ത് ഒരു ഗ്ലാസ് ഫാക്ടറിയുണ്ട്. അവിടെ ഗ്ലാസ് നിർമിക്കാൻ പിച്ച്ബ്ലൻഡ് ഉപയോഗിക്കുന്നുണ്ട്. പിച്ച് ബ്ലൻഡിൽ നിന്ന് യുറേനിയം വേർതിരിച്ചെടുക്കുന്നുമുണ്ട് അവർ. ബാക്കി വരുന്ന അവശിഷ്ടങ്ങൾ മുഴുവൻ ഉപേക്ഷിക്കുകയാണ്. അവിടെ ച്ചെന്നാൽ ആവശ്യമുള്ള പിച്ച് ബ്ലൻസ് ലഭിക്കും. ബൊഹിമിയായിൽ നിന്ന് പിച്ച് ബ്ലൻഡ് ഇറക്കുമതി ചെയ്യാൻ ഓസ്ട്രിയൻ സർക്കാറിന്റെ സഹായം തേടി അവർ.

അതു കിട്ടി.

ടൺകണക്കിന് പിച്ച് ബ്ലൻഡ്.

പരീക്ഷണങ്ങൾ ആരംഭിച്ചു.

ലബോറട്ടറിക്കടുത്ത് ഒരു ഷെഡ്ഡ് കെട്ടിയാണ് പരീക്ഷണം.

കഴുകൽ,

അരിക്കൽ

തിളപ്പിക്കൽ

ചൂടും പുകയും നിറഞ്ഞ ഒട്ടും സൗകര്യമില്ലാത്ത ലബോറട്ടറിയിൽ മിക്കവാറും സമയങ്ങളിൽ വിയർപ്പിൽ കുളിച്ചാണ് മേരിയുടെ നിൽപ്പ്. കഠിനമായ ചൂടുണ്ട് പരീക്ഷണശാലയിൽ. കരിയും പൊടിയും നിറഞ്ഞ അന്തരീക്ഷം. ലളിത ജീവിതം നയിച്ചിരുന്ന മേരി വില കുറഞ്ഞ വസ്ത്രങ്ങളാണ് ധരിച്ചിരുന്നത് എന്നുമോർക്കണം. എല്ലാം കൂടി ചേർന്നപ്പോൾ മേരിയെ ഒരു ഫാക്ടറി തൊഴിലാളിയെപ്പോലെ തോന്നിക്കുമായിരുന്നു.

മേരിക്ക് ഒരു ഫാക്ടറിയുടെ ഛായയുണ്ട് എന്ന് പിയറി തമാശയായി പറയുമായിരുന്നു.

അങ്ങനെ നീണ്ട നാലുവർഷങ്ങൾ.

1902 ഏപ്രിൽ 4 ാം തീയതി.

ഒരു ടൺ പിച്ച് ബ്ലൻഡിൽ നിന്ന് അവർ ഒരു ഗ്രാമിന്റെ പത്തിലൊന്ന് ഭാഗം മാത്രം തൂക്കം വരുന്ന റേഡിയം ക്ലോറൈഡ് എന്ന രാസവസ്തു വേർതിരിച്ചെടുത്തു.

റേഡിയവും ക്ലോറിനും ചേർന്ന ഒരു രാസസംയുക്തമാണ് റേഡിയം ക്ലോറൈഡ്. അതിന്റെ രാസ സ്വഭാവത്തിന് റേഡിയത്തിന്റേതുമായി വളരെ വലിയ വ്യത്യാസമില്ല.

ഫോസ്ഫോറസെന്റ് പദാർഥമാണ്.

ഇരുട്ടിലും തിളങ്ങും.

റേഡിയത്തിന്റെ അറ്റോമിക സംഖ്യ എൺപത്തിയെട്ടാണെന്നും യുറേനിയത്തേക്കാൾ പത്ത് ലക്ഷം മടങ്ങ് റേഡിയോ ആക്ടീവതയുള്ളതാണെന്നും അവർ കണ്ടെത്തി.

പക്ഷേ, ഇപ്പോഴും ഒരു പ്രശ്നമുണ്ട്.

എന്താണെന്നല്ലേ?

അവർ വേർതിരിച്ചെടുത്തിരിക്കുന്നത് റേഡിയം ക്ലോറൈഡാണ്. ശുദ്ധമായ റേഡിയമല്ല.

ശുദ്ധമായ റേഡിയം വേർതിരിച്ചെടുക്കാൻ മേരിക്ക് പിന്നെയും നീണ്ട എട്ടുവർഷങ്ങൾ കാത്തിരിക്കേണ്ടിവന്നു. 1910 ൽ മാത്രമാണ് മേരിക്ക് ശുദ്ധമായ റേഡിയം വേർതിരിച്ചെടുക്കാനായത്.

പക്ഷേ, മേരിക്കത് സന്തോഷത്തിന്റെ ദിനമായിരുന്നു എന്ന് പറയാനാവില്ല. ദുഃഖകരമാണ് അക്കാര്യം. റേഡിയം അതിന്റെ ശുദ്ധമായ രൂപത്തിൽ വേർതിരിച്ചെടുക്കുമ്പോൾ മേരിയോടൊപ്പം പിയറി ഉണ്ടായിരുന്നില്ല.

പിയറി 1906ൽ ഒരു വാഹനാപകടത്തിൽ മരിച്ചു പോയിരുന്നു.

എന്തൊരു ദുഃഖകരം. അല്ലേ?

നിൽക്കട്ടെ, പിയറിയുടെ മരണത്തിലേക്ക് നമുക്ക് പിന്നീട് വരാം. ഇപ്പോൾ നമുക്ക് റേഡിയത്തിലേക്ക് തന്നെ തിരിച്ചു പോകാം.

റേഡിയത്തിന് – റേഡിയം ക്ലോറൈഡിനും – ഒരുപാട് സവിശേഷതകൾ ഉണ്ട്. ക്യാൻസറിന് ഏറ്റവും ഫലപ്രദമായ ചികിത്സ റേഡിയം ഉപയോഗിച്ച് നടത്താം. അതുകൊണ്ട് തന്നെ റേഡിയത്തിന്റെ കണ്ടുപിടുത്തം ലോകമെങ്ങും ചർച്ച ചെയ്യപ്പെട്ടു.

മേരി ക്യൂറി ലോകത്തെ പ്രമുഖ ശാസ്ത്രജ്ഞരുടെ ഒപ്പം പ്രതിഷ്ഠിക്കപ്പെട്ടു.

പക്ഷേ ഈ വിജയമൊന്നും മേരിയുടെ സാമ്പത്തിക പ്രയാസങ്ങൾക്ക് തെല്ലും കുറവ് വരുത്തിയില്ല. ഒന്നാമത് പരീക്ഷണങ്ങൾക്കായി ധാരാളം പണം ചെലവഴിക്കേണ്ടി വന്നിരുന്നു. ബൊഹിമിയായിൽ നിന്ന് ടൺകണക്കിന് പിച്ച് ബ്ലൻഡ് ഇറക്കുമതി ചെയ്തത് അവരുടെ സ്വന്തം ചെലവിലായിരുന്നു. ലോകപ്രശസ്ത ശാസ്ത്രജ്ഞയാണെങ്കിലും ജീവിതം സാമ്പത്തിക ബുദ്ധിമുട്ടുകളിൽ കുരുങ്ങിക്കിടന്നു.

സാമ്പത്തിക പ്രയാസങ്ങൾ മറികടക്കാൻ മേരിയുടെ മുന്നിൽ രണ്ട് സാധ്യതകൾ തെളിഞ്ഞുവന്നു. മേരിക്ക് സർവകലാശാലയിൽ അധ്യാപികയായി ജോലി ലഭിച്ചതാണ് ഒരു കാര്യം. മേരിക്ക് സന്തോഷമായി. അന്നത്തെ ലോകത്തിലെ ഏറ്റവും വിലപിടിപ്പുള്ള മൂലകം കണ്ടെത്തിയ മഹതി സർവകലാശാല അധ്യാപികയായി ജോലി ചെയ്യാൻ തുടങ്ങി.

രണ്ടാമത് ഒരു മാർഗംകൂടി അവർക്ക് മുന്നിൽ തെളിഞ്ഞുവന്നു. റേഡിയത്തിന് ആവശ്യക്കാർ ഏറിവരികയാണ്. വിവിധരാജ്യങ്ങളും കമ്പനികളും റേഡിയം ഉൽപ്പാദിപ്പിക്കാൻ തയാറായി വന്നു. പക്ഷേ റേഡിയം എങ്ങനെ വേർതിരിച്ചെടുക്കണം എന്ന പ്രക്രിയ (Process) അറിയാവു

ന്നത് മേരിക്കും പിയറിക്കും മാത്രമാണ്. തങ്ങളുടെ പുതിയ കണ്ടുപിടുത്തത്തിന് പേറ്റന്റ് എടുത്താൽ ധാരാളം പണം സമ്പാദിക്കാം.

ഒരുപക്ഷേ, കോടിക്കണക്കിന് ഡോളർ തന്നെ അങ്ങനെ സമ്പാദിക്കാൻ കഴിയും.

പക്ഷേ റേഡിയം ലോകത്തിന് വളരെ വേണ്ടപ്പെട്ട ഒരു മൂലകമാണ്. അനേകം അർബുദരോഗികൾക്ക് അത് ആശ്വാസം നൽകും. പരമാവധി കമ്പനികളും രാജ്യങ്ങളും അത് ഉൽപ്പാദിപ്പിക്കുന്നതാണ് ലോകത്തിന് നല്ലത്.

അങ്ങനെ മേരിയും പിയറിയും ഒരു വലിയ ത്യാഗത്തിന് തയ്യാറായി.

റേഡിയത്തിന്റെ നിർമാണ പ്രക്രിയയ്ക്കു പേറ്റന്റ് എടുക്കേണ്ടതില്ല എന്നവർ തീരുമാനിച്ചു. അവർ റേഡിയത്തിന്റെ നിർമാണ പ്രക്രിയ എല്ലാവർക്കുമായി പരസ്യപ്പെടുത്തി.

ശാസ്ത്രജ്ഞന്മാർ അവരുടെ നേട്ടങ്ങളെ ലോകം മുഴുവന്റേയും നന്മയ്ക്കായി വിട്ടുകൊടുക്കണമെന്ന പക്ഷക്കാരായിരുന്നു മേരി. പിയറിയും അതിനോട് യോജിച്ചു.

എത്ര മഹത്തായ ആശയം; അല്ലേ?

അങ്ങനെ റേഡിയത്തിന്റെ വ്യാവസായിക ഉൽപ്പാദനം ആരംഭിച്ചു.

റേഡിയം ക്ലോറൈഡ് വേർതിരിച്ചെടുത്ത് രണ്ട് വർഷം കൂടി കഴിഞ്ഞാണ് 1904 ഡിസംബർ മാസത്തിൽ മേരിക്ക് രണ്ടാമത്തെ കുഞ്ഞ് പിറന്നത്. ഒരു പെൺകുട്ടി കൂടി.

അവൾക്ക് ഈവ് എന്ന്പേരിട്ടു.

ഇപ്പോൾ മേരി അവളുടെ ജീവിത പ്രയാസങ്ങളെല്ലാം തരണം ചെയ്തിരിക്കുന്നു. അവളുടെ ലക്ഷ്യം നേടിയിരിക്കുന്നു.

മേരിക്ക് മുപ്പത്തിയെട്ട് വയസായി. ഇതിനിടെ ലോകം മേരിയെ അറിഞ്ഞു തുടങ്ങി. മേരിയെ ആദരിക്കാൻ ലോകം തയാറായി.

അനേകം ബഹുമതികൾ മേരിയെ കാത്തിരിക്കുന്നുണ്ടായിരുന്നു.

ബഹുമതികൾ മാത്രമല്ല;

ദുരന്തങ്ങളും.

പിച്ച് ബ്ലൻഡ്

പിച്ച് ബ്ലൻഡ് ഒരു ധാതുവാണ്. യുറേനിനിറ്റ് എന്നും അത് അറിയപ്പെടുന്നു. UO_2 എന്നാണ് പൊതുവേ രാസസൂത്രം എഴുതുന്നത്. പക്ഷേ UO_3 തോറിയത്തിന്റെയും ലെഡിന്റെയും ഓക്സൈഡുകൾ, റേഡിയം, പോളാണിയം തുടങ്ങിയ അപൂർവ ലോഹങ്ങൾ എന്നിവയെല്ലാം ഇതിൽ ഉൾപ്പെടുന്നു.

പൊളോണിയം

അറ്റോമിക സംഖ്യ	84
അറ്റോമിക ഭാരം	209
ഉരുകൽ നില	254^0C
തിളനില	962^0C
സാന്ദ്രത	9.32 g/cm^3

ഈ സവിശേഷതകളുള്ള സാധാരണ അന്തരീക്ഷ താപ നിലയിൽ ഖരാവസ്ഥയിലുള്ള ഒരു ലോഹമാണ് പൊളോണിയം.

റേഡിയം

അറ്റോമിക സംഖ്യ 88 ഉള്ള ഒരു ലോഹമാണ് റേഡിയം. വെള്ള നിറമാണ്. വായുവിൽ തുറന്നിരുന്നാൽ ഓക്സിജനുമായി സംയോജിച്ച് കറുത്ത നിറത്തിലുള്ള ഓക്സൈഡ് ആയി മാറും

പേറ്റന്റ്

ഒരാൾക്ക് തന്റെ ബുദ്ധി ഉപയോഗിച്ച് ചെയ്യുന്ന പ്രവർത്തനത്തിന് പ്രതിഫലം പറ്റാനുള്ള അവകാശത്തെയാണ് പേറ്റന്റ് എന്ന് പറയുന്നത്. ഉദാഹരണമായി മേരിക്യൂറി റേഡിയം ഉൽപ്പാദിപ്പിക്കാനുള്ള മാർഗം കണ്ടെത്തി. ആ രീതിയിൽ മറ്റാർക്കെങ്കിലും റേഡിയം ഉൽപ്പാദിപ്പിക്കണമെങ്കിൽ മേരി ക്യൂറിയിൽ നിന്ന് അതിനുള്ള അവകാശം പണം കൊടുത്ത് കൈപ്പറ്റണം. എല്ലാ കണ്ടുപിടുത്തങ്ങൾക്കും ഇത് ബാധകമാണ്. ഒരു പുസ്തകം പ്രസിദ്ധീകരിക്കുമ്പോൾ പ്രസാധകൻ എഴുത്തുകാരന് കൊടുക്കുന്ന റോയൽറ്റി ഇതിന്റെ മറ്റൊരു രൂപമാണ്. ഒരു ചിത്രകാരൻ വരച്ച ചിത്രം മറ്റൊരാൾ ഉപയോഗിക്കുമ്പോൾ നൽകുന്ന പ്രതിഫലവും ഇത്തരത്തിലുള്ളതാണ്. റേഡിയത്തിന്റെ കാര്യത്തിൽ മേരിക്യൂറി പേറ്റന്റ് അവകാശം വേണ്ടെന്ന് വച്ചതോടെ മേരി കണ്ടുപിടിച്ച രീതിയിൽ തന്നെ ആളുകൾക്ക് റേഡിയം ഉൽപ്പാദിപ്പിക്കാൻ കഴിഞ്ഞു.

5

ദുരന്തം, പിന്നെ അംഗീകാരം

ആയിരത്തിതൊള്ളായിരത്തി ആറ് ഏപ്രിൽ 13.

പിയറിക്ക് അന്ന് വളരെ തിരക്കുള്ള ഒരു ദിവസമായിരുന്നു. സർവ കലാശാലയിൽ അസോസിയേഷൻ ഓഫ് പ്രൊഫസർസ് ഓഫ് സയൻസ് ഫാക്കൽറ്റീസിന്റെ മീറ്റിംഗ് ഉണ്ടായിരുന്നു.

പിയറിക്ക് അദ്ദേഹത്തിന്റെ പ്രസാധകനേയും കാണണമായിരുന്നു. ചില കുറിപ്പുകൾ പ്രസിദ്ധീകരിക്കാനുണ്ട്. അത് സംബന്ധിച്ച് പ്രസാധ കനുമായി സംസാരിക്കണം.

ലൈബ്രറിയിലൊന്ന് പോണം. അത്യാവശ്യം ചില പുസ്തകങ്ങൾ എടുക്കാനുണ്ട്.

മഴ പെയ്യുന്നുണ്ടായിരുന്നു.

ഒരു കൈയിൽ കുടയുമായി പിയറി മഴയിലൂടെ പതിയെ നടന്നു. പിയറി റോഡ് മുറിച്ചു കടക്കാനായി ശ്രമിക്കുകയാണ്.

പെട്ടെന്ന്...

വളരെ പെട്ടെന്ന്..

അതിവേഗത്തിൽ പാഞ്ഞ് വന്ന ഒരു കുതിരവണ്ടി പിയറിയെ ഇടിച്ചുവീഴ്ത്തി. ഒരു നിമിഷം ആറ് ടൺ ഭാരമുള്ള ലോഡുമായി ആ വാഹനം പിയറിയുടെ ശിരസിലൂടെ കയറിയിറങ്ങി.

പിയറി മരിച്ചു.

മേരിക്ക് അതൊരു ആഘാതമായിരുന്നു.

താൻ വല്ലാത്ത ഏകാന്തതയിൽ പെട്ടു പോയതായി അവൾക്ക് തോന്നി. ഒരിക്കലും തനിക്ക് രക്ഷപ്പെടാനാവാത്ത ഏകാന്തത.

അപകടവിവരമറിഞ്ഞ് മേരി കഠിനമായ ഒരു ശൂന്യതയിലകപ്പെട്ടു

പോയത് പോലെ നിശബ്ദയായിരുന്നു. കൂടെയാണെങ്കിൽ മറ്റാരും സഹായത്തിനുമില്ല.

മേരി സാവധാനം സമനില വീണ്ടെടുത്തു.

കുട്ടികളെ തൽക്കാലത്തേക്ക് അയൽവീട്ടിൽ ഏൽപ്പിച്ചു. പോളണ്ടിലുള്ള വീട്ടിലേക്ക് ടെലഗ്രാം ചെയ്തു. പിയറിയുടെ ഭൗതിക ശരീരം വീട്ടിലേക്ക് കൊണ്ടുവരുന്നതിനുള്ള ഏർപ്പാടുകൾ ചെയ്തു.

പിയറിയുടെ സഹോദരൻ ജാക്വസ് പിറ്റേന്നേ എത്തിയുള്ളൂ.

അങ്ങനെ പിയറി പോയി.

സത്യത്തിൽ കുറ്റം കുതിരവണ്ടിക്കാരുടേതായിരുന്നില്ല.

പിയറി അങ്ങനെയായിരുന്നു.

എപ്പോഴും ചിന്താമഗ്നനായി നടക്കുന്ന ഒരു സ്വപ്ന ജീവി. ആശുപത്രിയിൽ വച്ച് പിയറിയുടെ ശരീരം തിരിച്ചറിഞ്ഞത് സോർബോണിലെ ഒരു ലാബ് അസിസ്റ്റന്റായിരുന്നു.

പിയറി ക്ലർക്ക് എന്ന ആ അസിസ്റ്റന്റ്, ക്യൂറിയെക്കുറിച്ച് ഇങ്ങനെയാണ് പറഞ്ഞത്,

"പിയറി അങ്ങനെയായിരുന്നു. റോഡിൽ നടക്കുമ്പോഴോ സൈക്കിൾ സവാരി ചെയ്യുമ്പോഴോ അദ്ദേഹം ഒട്ടും ശ്രദ്ധാലുവായിരുന്നില്ല."

അപകട വാർത്തയറിഞ്ഞ് പിയറിയുടെ പിതാവും അക്കാര്യം ഓർമിച്ചു.

"അവൻ ഒരു സ്വപ്നലോകത്തായിരുന്നു..."

മുമ്പും അങ്ങനെയായിരുന്നു.

മേരി ഓർത്തു.

ഉച്ചഭക്ഷണത്തിന് രുചികരമായ ഭക്ഷണം പാകം ചെയ്ത് പിയറിക്ക് വിളമ്പിയിട്ടുണ്ട്, വൈകുന്നേരം മേരി ചോദിക്കും:

"എങ്ങനെയുണ്ടായിരുന്നു ഉച്ചഭക്ഷണം?"

പിയറിക്ക് ഒന്നും പറയാൻ കഴിയുമായിരുന്നില്ല.

ഉച്ചഭക്ഷണത്തിലെ വിഭവങ്ങൾ എന്തെല്ലാമായിരുന്നുവെന്ന് പിയറി അപ്പോൾ മറന്ന് പോയിട്ടുണ്ടാവും.

അതായിരുന്നു പിയറി.

പിയറിയുടെ മരണാനന്തര ചടങ്ങുകൾ കഴിഞ്ഞു. എത്രയും വേഗം ജോലിയിൽ വീണ്ടും പ്രവേശിക്കാൻ ജാക്വസ് ക്യൂറി മേരിയോട് ആവശ്യപ്പെട്ടു.

ഫ്രഞ്ചു സർക്കാർ ഒരു തീരുമാനം പ്രഖ്യാപിച്ചു. സർക്കാർ മേരിയെ സഹായിക്കും. മേരിക്ക് പെൻഷൻ നൽകും.

മേരി പറഞ്ഞു.

"എനിക്ക് പെൻഷൻ വേണ്ട. എനിക്ക് ഇപ്പോൾ ജോലി ചെയ്യാനുള്ള പ്രായമാണ്."

മേരി പെൻഷൻ നിഷേധിച്ചു.

എന്നാൽ മേരിയുടെ മുമ്പിൽ മറ്റൊരു വാഗ്ദാനവും കൂടി വന്നു. സോർബോൺ സർവകലാശാലയിലെ ഫിസിക്സിസ് വിഭാഗം അധികാരികളാണ് മേരിയുടെ മുന്നിൽ പുതിയ വാഗ്ദാനം വച്ചത്. അവർ മേരിയെ യൂണിവേഴ്സിറ്റിയിലേയ്ക്കും ക്ഷണിച്ചു.

പിയറി സോർബോണിലെ പ്രൊഫസറായിരുന്നുവല്ലോ? പിയറിയുടെ സ്ഥാനം ഏറ്റെടുക്കണമെന്ന് സർവകലാശാല അധികാരികൾ മേരിയോട് ആവശ്യപ്പെട്ടത്.

മേരി ആ വാഗ്ദാനം സ്വീകരിച്ചു.

അങ്ങനെ ആദ്യമായി സോർബോൺ സർവകലാശാലയിൽ ഒരു വനിത പ്രൊഫസറായി ചുമതലയേറ്റു. മേരി സ്ഥാപിച്ച റെക്കാർഡുകളിൽ ഒരെണ്ണം കൂടി.

മേരി ക്യൂറിയുടെ സോർബോൺ സർവകലാശാലയിലെ ആദ്യത്തെ പ്രസംഗം കേൾക്കാൻ നിരവധിപേർ എത്തിയിരുന്നു. ഹാൾ നിറഞ്ഞ് കവിഞ്ഞ് ജനസഞ്ചയം.

മേരി എന്താണ് പറയാൻ പോകുന്നത്?

പിയറിയെക്കുറിച്ച് പറയുമ്പോൾ അവർ സങ്കടം സഹിക്ക വയ്യാതെ കരഞ്ഞ് പോയേക്കാം. ജനങ്ങൾ വിചാരിച്ചു. അവർ വീർപ്പടക്കി നിന്നു.

മേരി പ്രസംഗം ആരംഭിച്ചു.

വാതകങ്ങളിലെ അയോണീകരണത്തെക്കുറിച്ച് അവർ പറഞ്ഞു.

അണുവിന്റെ വിഘടനത്തെക്കുറിച്ച് പറഞ്ഞു.

റേഡിയോ ആക്ടീവതയെക്കുറിച്ചും പറഞ്ഞു.

പ്രൗഢഗംഭീരമായ പ്രസംഗം അവസാനിപ്പിച്ചു.

മേരി കരഞ്ഞില്ല, വിതുമ്പിയില്ല.

അവർ മഹതിയായ ഒരു ശാസ്ത്രജ്ഞയായിരുന്നു.

മേരിക്ക് ഏറെ കാര്യങ്ങൾ ചെയ്യാനുണ്ടായിരുന്നു. കുട്ടികളെ പഠിപ്പിക്കണം. ഔദ്യോഗിക ജോലികൾ ചെയ്തുതീർക്കണം. സ്വന്തമായി ഒരു പരീക്ഷണശാല സ്ഥാപിക്കണമെന്ന ആഗ്രഹം മരിക്കുന്നതിന് മുമ്പ് പിയറി വച്ചു പുലർത്തിയിരുന്നു. പിയറിയുടെ ആ ആഗ്രഹം സാധിക്കണം.

മേരി അക്ഷീണം പ്രയത്നിച്ചുകൊണ്ടിരുന്നു.

അങ്ങനെ അഞ്ച് വർഷങ്ങൾ കടന്നു പോയി.

1911

റോയൽ സ്വീഡിഷ് അക്കാദമി അക്കൊല്ലത്തെ നോബൽ പുരസ്കാരങ്ങൾ പ്രഖ്യാപിച്ചു. രസതന്ത്രത്തിനുള്ള നോബൽ സമ്മാനം മേരിക്ക്. റേഡിയവും പൊളോണിയവും കണ്ടുപിടിച്ചതിനാണ് ഇത്തവണ പുരസ്കാരം. അങ്ങനെ രണ്ട് തവണ നോബൽ പുരസ്കാരം നേടുന്ന ആദ്യത്തെ വനിതയായി മേരി മാറി. രണ്ട് വിഷയങ്ങളിൽ നോബൽ സമ്മാനങ്ങൾ നേടുന്ന ആദ്യത്തെയാളും മേരി തന്നെ. രണ്ട് വ്യത്യസ്ത വിഷയങ്ങളിൽ നോബൽ പുരസ്കാരം നേടുന്ന രണ്ടേ രണ്ടുപേരെ ഇതുവരെ

യുണ്ടായിട്ടുള്ളൂ. അതിലൊരാൾ, ഒന്നാമത്തെയാൾ മേരിയാണ്. രണ്ടാമത്തെയാൾ ലീനസ് പോളിങ്ങും.

1911 ൽ തന്നെ മറ്റൊരു സംഭവംകൂടിയുണ്ടായി. ഫ്രഞ്ച് അക്കാദമി ഓഫ് സയൻസ് എന്നൊരു സംഘടനയുണ്ട്. ശാസ്ത്രജ്ഞന്മാരുടെ ഒരു സംഘടനയാണത്. ആ സംഘടന അന്നുവരേയും സ്ത്രീകളെ അതിലെ അംഗങ്ങളാക്കാൻ സമ്മതിച്ചിരുന്നില്ല.

സ്ത്രീകൾക്ക് ശാസ്ത്രകാര്യങ്ങളിലൊന്നും കഴിവുണ്ടായിരിക്കയില്ല എന്നായിരുന്നു പൊതുവിലുള്ള വിശ്വാസം.

പോളണ്ടിലെ വിദ്യാഭ്യാസ അധികാരികളെപ്പോലെ തന്നെയായിരുന്നു ഈ അക്കാദമിയും. എന്നാൽ 1911 ൽ അക്കാദമി അതിന്റെ ഈ തെറ്റായ ധാരണ തിരുത്തി.

സ്ത്രീകളെയും അംഗങ്ങളാക്കാം.

അക്കൊല്ലം അക്കാദമിയിൽ ഒരു ഒഴിവ് വന്നു. ഫിസിക്സ് വിഭാഗത്തിലാണ് ഒഴിവ്. ഫിസിക്സിൽ ബിരുദമുള്ള ഒരാളെ അംഗമാക്കാം.

മേരിയുടെ പേര് നിർദേശിക്കപ്പെട്ടു.

പക്ഷേ, വിചാരിച്ചപോലെ അത്ര എളുപ്പമായിരുന്നില്ല ആ സംഗതി. മേരിയുടെ നാമനിർദേശത്തിനെതിരേ വലിയ എതിർപ്പുണ്ടായി. എത്രയൊക്കെയായാലും ഒരു സ്ത്രീ അക്കാദമിയിൽ അംഗമാകുന്നത് ശരിയല്ല എന്ന് ഒരു വിഭാഗം പേർ പറഞ്ഞു.

മേരിക്ക് എതിരേ ചില പുരോഹിതന്മാരും രംഗത്ത് വന്നു. മേരി ഒരു സ്വതന്ത്രചിന്തകയും അജ്ഞേയവാദിയും ആയിരുന്നല്ലോ? പോരാത്തതിന് സ്ത്രീയും.

കത്തോലിക്കാപ്പള്ളിയായിരുന്നു, മേരിക്ക് എതിരായി ഏറ്റവും ശക്തമായ നിലപാട് എടുത്തത്. ഇതൊക്കെക്കൊണ്ട് അക്കാദമിയിലെ അംഗത്വം തീരുമാനിക്കുന്നതിന് കടുത്ത വോട്ടെടുപ്പ് വേണ്ടിവന്നു.

എഡ്‌വേർഡ് ബ്രാൻലി ആയിരുന്നു മേരിക്ക് എതിരായി നിർദേശിക്കപ്പെട്ട ശാസ്ത്രജ്ഞൻ. അദ്ദേഹവും ഊർജതന്ത്രവിദഗ്ധൻ തന്നെ. അദ്ദേഹം മാർക്കോണിയുടെ സഹായിയായിരുന്നു.

മാർക്കോണിയെ നിങ്ങൾക്കറിയാം.

അദ്ദേഹമാണ് ടെലഗ്രാഫ് കണ്ടുപിടിച്ചത്.

ബ്രാൻലിക്ക് പുരോഹിതന്മാരുടെ പിന്തുണയും ഉണ്ടായിരുന്നു.

വാശിയേറിയ തിരഞ്ഞെടുപ്പ് നടന്നു.

തിരഞ്ഞെടുപ്പ് ഫലം വന്നപ്പോൾ മേരി പരാജയപ്പെട്ടു. വെറും രണ്ട് വോട്ടിന്!

പിന്നെയും അരനൂറ്റാണ്ട് കഴിഞ്ഞ് 1962ൽ മാത്രമായിരുന്നു ഒരു സ്ത്രീ ഫ്രഞ്ച് അക്കാദമി ഓഫ് സയൻസിൽ അംഗമായത്.

അത്രയ്ക്ക് ഉറച്ചു പോയതായിരുന്നു ഫ്രഞ്ചു പണ്ഡിതന്മാരുടെ സ്ത്രീ വിരോധം.

മേരിക്യൂറിയും ഐൻസ്റ്റീനുമൊത്ത്

മാർഗരറ്റ് പെറി ആണ് ഫ്രഞ്ചു സയൻസ് അക്കാദമിയിൽ അംഗമായ ആദ്യത്തെ സ്ത്രീ. മാർഗരറ്റ് മേരിയുടെ ഒരു ശിഷ്യ ആയിരുന്നു.

മേരി തന്റെ ഔദ്യോഗിക ജോലിയും ഗവേഷണ പ്രവർത്തനങ്ങളും ഒരേസമയം ഭംഗിയായി ചെയ്തുപോന്നു. റേഡിയത്തിന്റെ റേഡിയോ ആക്ടിവിറ്റി അളക്കുന്നതിനും റേഡിയേഷൻ നിയന്ത്രിക്കുന്നതിനുമുള്ള ഉപകരണങ്ങൾ മേരി നിർമിച്ചു.

അക്കാലത്ത് പോളണ്ടിൽ നിന്ന് ഒരു സംഘം ആളുകൾ മേരിയെ ക്കാണാൻ വന്നു. ആ സംഘത്തിന്റെ തലവൻ ഹെന്റി സിയൻകിവിക്സ് എന്ന പ്രസിദ്ധ എഴുത്തുകാരനായിരുന്നു. അവർ മേരിയെ പോളണ്ടിലേക്ക് ക്ഷണിച്ചു.

"തിരിച്ചുവരണം. വാഴ്സാ നഗരത്തിൽ ഒരു ഗവേഷണശാല ആരംഭിച്ചിട്ടുണ്ട്. അതിന്റെ ഉത്തരവാദിത്വം മേരി ഏറ്റെടുക്കണം."

ഇതായിരുന്നു സംഘത്തിന്റെ ആവശ്യം

പോളണ്ട് അപ്പോഴേക്കും റഷ്യയുടെ അധീനതയിൽ നിന്ന് പുറത്തുവന്ന് ഒരു സ്വതന്ത്രരാജ്യമായിക്കഴിഞ്ഞിരുന്നു.

മേരിക്ക് അങ്ങേയറ്റം സന്തോഷമുളവാക്കുന്ന ഒന്നായിരുന്നു അത്. പക്ഷേ മേരിക്ക് ആ വാഗ്ദാനം സ്വീകരിക്കാൻ കഴിയുമായിരുന്നില്ല. കാരണം വാഴ്സയിലേക്ക് പോയാൽ പിയറി ആഗ്രഹിച്ചിരുന്ന പരീക്ഷണശാലയുടെ പണി ഉപേക്ഷിക്കേണ്ടിവരും. അതുകൊണ്ട് മേരി സങ്കടത്തോടെ മാതൃരാജ്യത്തിന്റെ ക്ഷണം നിരസിച്ചു.

എന്നാൽ ഈ ഉത്തരവാദിത്വം ഏൽപ്പിക്കാൻ ഏറ്റവും പറ്റിയ ആൾ മേരി തന്നെയാണ് എന്ന കാര്യത്തിൽ പോളിഷ് അധികാരികൾക്ക് സംശയമൊന്നുമുണ്ടായിരുന്നില്ല.

അതുകൊണ്ട് അവർ പറഞ്ഞു:

"മേരി ഫ്രാൻസിൽ താമസിച്ചുകൊണ്ട് പരീക്ഷണശാലയുടെ മേൽനോട്ടം വഹിച്ചാൽ മതി."

മേരി ആ ഉത്തരവാദിത്വം ഏറ്റു.

ഗവേഷണശാലയുടെ ഉദ്ഘാടനച്ചടങ്ങിൽ മേരി പങ്കെടുത്തു. ഈ ചടങ്ങിലാണ് മേരി ആദ്യമായി തന്റെ ജന്മരാജ്യത്ത് ഒരു ശാസ്ത്രപ്രഭാഷണം നടത്തുന്നത്.

മേരി എല്ലാവരുടേയും ആരാധനാപാത്രമായി.

അക്കാലത്ത് മേരി വളരെ വൈകിമാത്രമേ വീട്ടിൽ എത്തുമായിരുന്നുള്ളൂ. ഔദ്യോഗിക തിരക്കുകൾ അത്രമാത്രം ഉണ്ടായിരുന്നു. അവധി ദിവസങ്ങളിൽ മേരി തന്റെ മക്കളോടൊപ്പം ചെലവഴിച്ചു. അവരെ സൈക്കിൾ സവാരിക്ക് കൊണ്ടുപോയി. ഒരു അവധിക്കാലത്ത് മേരി കുട്ടികളുമായി സ്വിറ്റ്സർലന്റിലേക്കാണ് പോയത്. അവിടെ മനോഹരമായ പർവത പ്രദേശങ്ങൾ ധാരാളമുണ്ട്. കുട്ടികളെ അതുവളരെയേറെ ആകർഷിച്ചു. അവിടെ വച്ച് മറ്റൊരു മഹാനായ മനുഷ്യനെ അവർ കണ്ടുമുട്ടി.

ആൽബർട്ട് ഐൻസ്റ്റീൻ!

അവർ തമ്മിൽ ആപേക്ഷികതാ സിദ്ധാന്തത്തെക്കുറിച്ച് വളരെയേറെ സംസാരിച്ചു.

രണ്ടാമത്തെ നോബൽ സമ്മാനം ലഭിച്ചു കഴിഞ്ഞ സമയത്ത് മേരി ഫ്രഞ്ച് സർക്കാരിനോട് ഒരു സഹായം ചോദിച്ചു.

സ്വന്തമായി ഒരു റേഡിയം ഇൻസ്റ്റിറ്റ്യൂട്ട് സ്ഥാപിക്കണം. അതിനുള്ള സാമ്പത്തിക സഹായം വേണം.

പിയറിയുടെ സ്വപ്നം പൂർത്തിയാക്കുകയായിരുന്നു മേരിയുടെ ഉന്നം.

സർക്കാർ അത് അനുവദിച്ചു.

1914 ൽ മേരി റേഡിയം ഇൻസ്റ്റിറ്റ്യൂട്ടിന്റെ പണി പൂർത്തിയാക്കി.

രസതന്ത്രവും ഊർജതന്ത്രവും വൈദ്യശാസ്ത്രവുമായിരുന്നു ഈ ഗവേഷണശാലയിലെ പഠനവിഷയങ്ങൾ. ഈ സ്ഥാപനത്തിലാണ് മേരിയുടെ മകൾ ഐറിൻ ക്യൂറിയും, ഭർത്താവ് ഫ്രഡറിക് ജൂലിയയും ഗവേഷണം നടത്തിയത്. ഇവരടക്കം ഈ ഗവേഷണശാലയിൽ പ്രവർത്തിച്ച നാല് പേർക്ക് നോബൽ പുരസ്കാരങ്ങൾ ലഭിക്കുകയുണ്ടായി.

പിന്നീട് ഈ സ്ഥാപനത്തിന്റെ പേര് ക്യൂറി ഇൻസ്റ്റിറ്റ്യൂട്ട് എന്ന് മാറ്റുകയുണ്ടായി.

6

യുദ്ധം, യുദ്ധാനന്തരം, മരണം

ആയിരത്തിത്തൊള്ളായിരത്തി പതിനാലിൽ ഒന്നാംലോകയുദ്ധം ആരംഭിച്ചു.

അക്കൊല്ലം സെപ്റ്റംബർ 22 ാം തീയതി ജർമനി പാരിസിൽ ബോംബ് വർഷിച്ചു. തുടർന്ന് യുദ്ധ പ്രഖ്യാപനമുണ്ടായി.

യുദ്ധത്തിൽ ആയിരക്കണക്കിന് പട്ടാളക്കാർക്കു മുറിവേറ്റു. മേരി യുദ്ധഭൂമിയിലേക്ക് പോകാൻ തീരുമാനിച്ചു.

ഒന്നാം ലോകമഹായുദ്ധം

ഒരു സൈനികയായിട്ടല്ല.

ഒരു റേഡിയോളജിസ്റ്റ് ആയിട്ട്.

പട്ടാളക്കാരുടെ ജീവൻ രക്ഷിക്കാൻ എക്സ് – റേയ്ക്ക് കഴിയുമായിരുന്നു. ഉള്ളിൽ തറച്ചു കയറിയ വെടിയുണ്ടകൾ നോക്കിക്കണ്ട് എടുത്തു മാറ്റുന്നതിന്, എല്ലുകളിൽ സംഭവിച്ചിട്ടുള്ള പൊട്ടലുകളും മറ്റും കണ്ടെത്തുന്നതിന്, പൊട്ടിയ എല്ലിൻ കഷണങ്ങൾ ശരീരത്തിനുള്ളിൽ നിന്ന് കണ്ടെത്തുന്നതിന്.. റേഡിയവും ഇതിനായി ഉപയോഗിക്കാം.

മേരിയുടെ നേതൃത്വത്തിൽ ഇരുപത് സഞ്ചരിക്കുന്ന റേഡിയോഗ്രാഫി യൂണിറ്റുകൾ ആരംഭിച്ചു. മേരിയും ഐറീനും കൂടി 150 സന്നദ്ധ പ്രവർത്തകരെ റേഡിയോഗ്രാഫി പഠിപ്പിച്ചു. ഈ റേഡിയോഗ്രാഫി യൂണിറ്റുകളിൽ 'റേഡിയം ഇമാനേഷൻ ട്യൂബുകൾ' എന്ന ഉപകരണമാണ് ഉപയോഗിച്ചത്. ഈ ട്യൂബുകളിൽ ഉണ്ടായിരുന്നത് ഒരു വാതകമായിരുന്നു.

നിറമില്ലാത്ത ഒരു വാതകം.

ഈ വാതകത്തിന് റേഡിയോ ആക്ടിവത ഉണ്ടായിരുന്നു.

അത് റേഡിയത്തിൽ നിന്ന് ബഹിർഗമിക്കുന്നതുമായിരുന്നു.

ആദ്യകാലത്ത് ഈ വാതകം എന്താണെന്ന് അറിയാമായിരുന്നില്ല. പിന്നീട് മനസിലായി ഇത് റാഡോൺ എന്ന വാതകമാണ്.

നേരത്തേ നമ്മൾ പറഞ്ഞതാണ് ഇക്കാര്യം. റേഡിയത്തിൽ നിന്ന് ആൽഫാകണം പുറത്ത് വന്ന് റേഡിയം റാഡോൺ ആയി മാറും. റേഡിയത്തിന്റെ അർധായുസ് എഴുപത്തിയേഴായിരം വർഷമാണ്. മേരിയുടെ കൈയിൽ കഷ്ടിച്ച് ഒരു ഗ്രാം റേഡിയമാണ് ഉള്ളത്. അത് റേഡിയേഷൻ മൂലം അരഗ്രാം ആയിത്തീരാൻ എഴുത്തിയേഴായിരം വർഷമെടുക്കും. അത്ര കുറച്ചേ റാഡോൺ വാതകവും ഉള്ളൂ എന്നർഥം.

യുദ്ധം ശക്തമാവുകയായിരുന്നു.

പാരീസ് പരാജയപ്പെട്ടേക്കുമോ എന്ന തോന്നൽ എല്ലാവരിലും ഉയർന്നു. ജർമൻ പട്ടാളം കയറിവരികയാണ്.

പാരീസിലെ വിലപിടിപ്പുള്ളതെല്ലാം ബോൾഡോ ബാങ്കിൽ നിക്ഷേപിക്കുവാൻ സർക്കാർ തീരുമാനിച്ചു. മേരിയുടെ കൈയിൽ ഉണ്ടായിരുന്ന റേഡിയവും ബോൾഡോ ബാങ്കിൽ നിക്ഷേപിക്കപ്പെട്ടു.

യുദ്ധത്തിന് കൂടുതൽ പണം വേണം.

കൂടുതൽ സൈനികർ, വെടിക്കോപ്പുകൾ ഒക്കെ വേണം. എല്ലാവരും തങ്ങളുടെ കൈയിലുള്ള സ്വർണം സർക്കാരിന്റെ യുദ്ധഫണ്ടിലേക്ക് സംഭാവന ചെയ്യുവാൻ സർക്കാർ അഭ്യർഥന പുറപ്പെടുവിച്ചു.

മേരിയുടെ കൈയിൽ എവിടെ നിന്നാണ് സ്വർണം?

ആകെയുള്ളത് നോബൽ പുരസ്കാരം ഉൾപ്പടെ കിട്ടിയ മെഡലുകളാണ്. മേരി ആ മെഡലുകൾ സർക്കാരിന്റെ യുദ്ധ ഫണ്ടിലേക്ക് സംഭാവന ചെയ്തു.

സംഭാവനകൾ സ്വീകരിക്കാൻ നിയുക്തരായിരുന്ന ഉദ്യോഗസ്ഥന്മാർ മേരിയുടെ ആ വാഗ്ദാനം നിരസിച്ചു. പക്ഷേ, മേരി അനുവദിച്ചില്ല.

മേരി പറഞ്ഞു:

നിർഭാഗ്യവതിയായ എന്റെ ജന്മനാടിന് വേണ്ടി എനിക്ക് ഒന്നും ചെയ്യാൻ കഴിഞ്ഞില്ല. എന്നെ ഒരു വളർത്തുപുത്രിയായി സ്വീകരിച്ച നാടിന് വേണ്ടി പ്രവർത്തിക്കാൻ എനിക്ക് ബാധ്യതയുണ്ട്.

ഒടുവിൽ മേരിയുടെ സംഭാവന ഉദ്യോഗസ്ഥന്മാർ സ്വീകരിച്ചു.

മേരി യുദ്ധസേവന പ്രവർത്തനം ഊർജിതമാക്കി. ഫ്രാൻസിലെ മാത്രമല്ല ബൽജിയത്തിലെ ആശുപത്രികളും മേരി സന്ദർശിച്ചു.

ഇരുനൂറ് ആശുപത്രികൾ,

ഇരുപത് മൊബൈൽ എക്സ്റേ യൂണിറ്റുകൾ,

നൂറ്റിയമ്പത് വളണ്ടിയർമാർ...

ഇവർക്കെല്ലാം നേതൃത്വം നൽകിക്കൊണ്ട് മേരിയും ഐറീനും.

1919 ൽ യുദ്ധം അവസാനിച്ചു.

ഫ്രാൻസ് ഉൾപ്പെട്ട കക്ഷികൾ വിജയിച്ചു. ജർമനി പരാജയപ്പെട്ടു. ലോകം പഴയ നിലയിലായി.

യുദ്ധം കഴിഞ്ഞ് ഒരു വർഷം പിന്നിട്ടപ്പോൾ അമേരിക്കയിൽ നിന്ന് മേരിക്ക് ഒരു സന്ദർശകയെത്തി.

മിസിസ് വില്യം ബ്രൗൺ മെലോണി.

മിസിസ് മെലോണി അമേരിക്കയിലെ ഒരു വനിതാ മാസികയുടെ പത്രാധിപരായിരുന്നു. മേരിയുടെ ഒരു അഭിമുഖം തരപ്പെടുത്തുകയായിരുന്നു മെലോണിയുടെ ലക്ഷ്യം. പക്ഷേ, പ്രസസ്തിയിൽ ഒട്ടും താൽപ്പര്യമില്ലാതിരുന്ന മേരി വിസമ്മതിച്ചു. ഒടുവിൽ നിരന്തരമായ അഭ്യർഥനയ്ക്ക് വഴങ്ങി അഭിമുഖത്തിന് സമ്മതിച്ചു.

അഭിമുഖത്തിലുടനീളം മേരി ആവേശപൂർവം സംസാരിച്ചതൊക്കെയും താൻ സ്ഥാപിക്കാൻ പോകുന്ന റേഡിയം ഇൻസ്റ്റിറ്റ്യൂട്ടിനെകുറിച്ചായിരുന്നു. ഇൻസ്റ്റിറ്റ്യൂട്ട് നേരിടുന്ന ഏറ്റവും വലിയ പ്രതിസന്ധി അവിടെ ഉപയോഗിക്കാൻ ഒരു ഗ്രാം റേഡിയം പോലും ഇല്ല എന്നുള്ളതായിരുന്നു.

മേരിയുടെ പക്കൽ ഉള്ളത് ആകെ ഒരു ഗ്രാം റേഡിയം മാത്രമാണെന്നും രണ്ടാമതൊരു ഗ്രാം റേഡിയം കൂടി മേരിക്ക് ആവശ്യമുണ്ടെന്നും മെലോണി മനസിലാക്കി.

അവർ മേരിയോട് ചോദിച്ചു!

"ലോകത്ത് ഏത് വസ്തു ലഭിച്ചാലാണ് മേരിക്ക് ഏറ്റവും കൂടുതൽ സന്തോഷം തോന്നുന്നത്?"

ഉത്തരം പറയാൻ മേരിക്ക് ഒരുനിമിഷം പോലും ആലോചിക്കേണ്ടി വന്നില്ല.

"റേഡിയം."

മേരി പറഞ്ഞു.

റേഡിയം കണ്ടുപിടിച്ചത് മേരിയാണ്.

അതിന്റെ ഉൽപ്പാദനരീതി ലോകത്തിന് സൗജന്യമായി നൽകുകയും ചെയ്തു.

പക്ഷേ, മേരിയുടെ കൈയിൽ ഒരു ഗ്രാം റേഡിയമേ സ്വന്തമായുള്ളൂ.

എന്തായാലും മെലോണി മേരിക്ക് ഒരു ഗ്രാം റേഡിയം സംഭാവന ചെയ്യാൻ തീരുമാനിച്ചു. പക്ഷേ, മെലോണിക്ക് സ്വന്തമായി അത് വാങ്ങാനുള്ള ശേഷിയില്ല. അവർ അമേരിക്കയിലെ വനിതകളെ സംഘടിപ്പിച്ചു. പലരിൽനിന്ന് പണം സംഭാവനയായി സ്വീകരിച്ചു. 'മേരി ക്യൂറി റേഡിയം കാമ്പയ്ൻ' എന്നായിരുന്നു ഈ പ്രചരണത്തിന്റെ പേര്.

അവർ ഒരു ഗ്രാമം റേഡിയം വാങ്ങാനുള്ള ധനം സമാഹരിച്ചു.

1920 ൽ അമേരിക്കയിലെ വനിതകൾ മേരിക്ക് ഈ റേഡിയം സമ്മാനമായി നൽകാൻ തീരുമാനിച്ചു. ഒരു വലിയ സ്വീകരണ സമ്മേളനത്തിൽ ഈ സമ്മാനം മേരിക്ക് സമ്മാനിക്കണമെന്നായിരുന്നു അവരുടെ ആഗ്രഹം.

ഒരു ഗ്രാം റേഡിയം.

മേരിയുടെ ഏറ്റവും വിലപിടിപ്പുള്ള സമ്മാനമാണിത്.

ഇതിനേക്കാൾ വിലപിടിപ്പുള്ള മറ്റൊന്ന് മേരിക്ക് ഇനി കിട്ടാനില്ല. സ്വീകരണവും സമ്മാനവും ഏറ്റുവാങ്ങാൻ മേരി അമേരിക്കയിലേക്ക പോയി. അന്ന് മേരിക്ക് 54 വയസ് പ്രായമുണ്ടായിരുന്നു. അമേരിക്കയിൽ വച്ച് നിരവധി അനുമോദനയോഗങ്ങളിൽ അവർ പങ്കെടുത്തു.

തെക്കേ അമേരിക്ക, സ്പെയിൻ തുടങ്ങി വിവിധ രാജ്യങ്ങളിൽ മേരി സഞ്ചരിക്കുകയും ശാസ്ത്രവിഷയങ്ങളെ അടിസ്ഥാനമാക്കി നിരവധി വിജ്ഞാനപ്രദങ്ങളായ പ്രഭാഷണങ്ങൾ നടത്തുകയും ചെയ്തു.

ഈ സമയത്തൊന്നും മേരി സ്വന്തം ഔദ്യോഗിക ജോലികൾ ചെയ്യാതിരുന്നില്ല. പിയറി ഇൻസ്റ്റിറ്റ്യൂട്ടിലായിരുന്നു മേരി അക്കാലത്ത് പ്രവർത്തിച്ചിരുന്നത്. യുദ്ധ മുന്നണിയിലെ സേവനങ്ങൾക്കിടയിലും ആ ഗവേഷണശാലയിൽ ഉപകരണങ്ങളും മറ്റും സ്ഥാപിക്കുവാൻ അവർ സമയം കണ്ടെത്തിയിരുന്നു.

ഗവേഷണശാലയിൽ പഠിക്കുവാൻ ധാരാളം യുവ ഗവേഷകർ എത്തിക്കൊണ്ടിരുന്നു. മേരിയുടെ ക്ലാസുകൾ വിദ്യാർഥികളെ ആകർഷിച്ചു. രാവിലെ എട്ടു മണിമുതൽ മേരിയുടെ പരീക്ഷണശാല പ്രവർത്തിച്ചു തുടങ്ങും. ഗവേഷണം, ക്ലാസുകൾ, സംശയ നിവാരണങ്ങൾ..

അങ്ങനെ തിരക്ക് പിടിച്ച ദിനങ്ങൾ.

ഉച്ചഭക്ഷണം വീട്ടിലാണ്.

ഐറീനും ആ സമയം അവിടെയുണ്ടാകും.

ആ അമ്മയും മകളും തമ്മിലുള്ള സംഭാഷണ വിഷയം ഏതാണ്ട് മുഴുവനായിത്തന്നെ ശാസ്ത്രവിഷയങ്ങളായിരുന്നു. ഭക്ഷണം കഴിഞ്ഞ്

തിരിച്ചെത്തിയാൽ രാത്രി വൈകുവോളം വിദ്യാർഥികളുമായി സുദീർഘ മായ ചർച്ച.

മേരിയുടെ ആരോഗ്യം ക്ഷയിച്ചു

മാതൃരാജ്യത്തിനായി ഗൗരവപൂർണമായ എന്തെങ്കിലും ചെയ്യണം എന്ന ആഗ്രഹം ഇക്കാലത്ത് മേരിയിൽ വളർന്നു.

വാഴ്സായിൽ ഒരു റേഡിയം ഇൻസ്റ്റിറ്റ്യൂട്ട് സ്ഥാപിക്കണം. ഇതായി രുന്നു മേരിയുടെ ആഗ്രഹം. പക്ഷേ, പണം കൈയിലില്ല.

മേരി ചേച്ചി ബ്രോണിയായെ കണ്ടു.

അവർ തമ്മിൽ ആലോചിച്ചു.

പൊതുജനങ്ങളിൽ നിന്ന് പണം സംഭാവനയായി സ്വീകരിക്കാമെന്ന് ബ്രോണിയാ നിർദേശിച്ചു.

മേരി സമ്മതിച്ചു.

അക്കാലമായപ്പോഴേക്കും ബ്രോണിയ പോളണ്ടിൽ മടങ്ങിയെത്തി യിരുന്നു.

സംഭാവന അഭ്യർഥിച്ചുകൊണ്ടുള്ള ചുമർ പരസ്യങ്ങൾ എങ്ങും നിറ ഞ്ഞു.

'വാഴ്സായിൽ ഒരു റേഡിയം ഇൻസ്റ്റിറ്റ്യൂട്ട്..'

പോളണ്ടുകാർക്ക് വലിയ ഉത്സാഹമായി. ധാരാളം ആളുകൾ സംഭാ വന നൽകി.

1925 ൽ വാഴ്സാ റേഡിയം ഇൻസ്റ്റിറ്റ്യൂട്ട് സ്ഥാപിതമായി. ബ്രോണിയ അതിന്റെ ഡയറക്ടറായി ചുമതലേറ്റു.

പക്ഷേ റേഡിയം വേണം.

റേഡിയം സമ്പാദിക്കാനുള്ള പണത്തിനായി മേരി അമേരിക്കയി ലേക്ക് പോയി. അവിടെ ഒരു പര്യടനം നടത്തി ജനങ്ങളിൽ നിന്ന് സംഭാ വന സ്വീകരിക്കുകയായിരുന്നു ലക്ഷ്യം.

ഒരു ഗ്രാം റേഡിയത്തിന് ഒരു ലക്ഷം ഡോളർ വിലയുള്ള കാലമാ യിരുന്നു അത്. അമേരിക്കൻ ജനത മേരിയെ സഹായിച്ചു. അതിന്റെ ഫല മായി ഒരു ഗ്രാം റേഡിയം വാഴ്സാ റേഡിയം ഇൻസ്റ്റിറ്റ്യൂട്ടിന് സ്വന്തമാ യി. 1929 ലാണ് മേരിയുടെ ഈ രണ്ടാമത്തെ അമേരിക്കൻ പര്യടനം. അറുപത്തിമൂന്നാം വയസിലായിരുന്നു മേരി ഈ ദീർഘയാത്ര നടത്തി യത്. എന്നോർക്കണം.

ഇതിനിടയിൽ മേരി മറ്റ് ചില പ്രവർത്തനങ്ങളിലും ഏർപ്പെട്ടിരുന്നു. ഒന്നാംലോക യുദ്ധം അവസാനിച്ചുകഴിഞ്ഞപ്പോൾ ഇനിയൊരു യുദ്ധമു ണ്ടാകുന്നത് തടയാനായി രൂപവൽക്കരിച്ച ലീഗ് ഓഫ് നേഷൻസിന് വേണ്ടിയും പ്രവർത്തിക്കാൻ മേരി തയാറായി.

അവർ യുദ്ധത്തെ വെറുത്തു.

അതിന്റെ കെടുതികളൊക്കെ അവർ നേരിട്ട് കണ്ടതാണ്.

വിശ്രമമില്ലാത്ത ജീവിതം മേരിയെ രോഗിണിയാക്കി. ആരോഗ്യം ക്ഷയിച്ചു. പ്രായവും ഏറുകയാണ്. കണ്ണിന്റെ കാഴ്ച മങ്ങുന്നു.

ഒരാഗ്രഹം ബാക്കിയുണ്ട്.

റേഡിയോ ആക്ടിവിറ്റിയേക്കുറിച്ച് ഒരു പുസ്തകം എഴുതണം.

അതും മേരി പൂർത്തീകരിച്ചു.

ഒരു ദിവസം മേരിക്ക് പെട്ടെന്ന് രോഗം മൂർച്ഛിച്ചു. നല്ല പനിയുണ്ട്. സഹപ്രവർത്തകർ പെട്ടെന്ന് തന്നെ മേരിയെ ആശുപത്രിയിൽ എത്തിച്ചു.

മേരിയുടെ രോഗം എന്താണ്?

ഡോക്ടർമാർക്ക് അത് പെട്ടെന്ന് കണ്ടെത്താൻ കഴിഞ്ഞില്ല. യഥാർഥത്തിൽ മേരി ക്യാൻസർ രോഗബാധിതയായിക്കഴിഞ്ഞിരുന്നു. അതു കണ്ടുപിടിക്കാൻ ഡോക്ടർമാർക്ക് കഴിഞ്ഞില്ല.

വില്ലനായത് റേഡിയം തന്നെയായിരുന്നു. റേഡിയോ ആക്ടിവ് കിരണങ്ങൾ മനുഷ്യശരീരത്തിൽ ക്യാൻസർ രോഗത്തിന് കാരണമാകും. എന്ന് അന്ന് ആർക്കും അറിയില്ലായിരുന്നു. മേരിയാണെങ്കിൽ റേഡിയം എപ്പോഴും കൈകാര്യം ചെയ്തിരുന്നു. മേരിയുടെ രക്തത്തിൽ റേഡിയം കലർന്നിരുന്നു.

റേഡിയം ക്യാൻസർ രോഗത്തിന് ഒരു ചികിത്സാ മാർഗമായിരുന്നു. റേഡിയം അനേകം ക്യാൻസർ രോഗികളെ രോഗവിമുക്തരാക്കിയിട്ടുണ്ട്. പക്ഷേ, ഇവിടെയിതാ റേഡിയം മേരിയെ ക്യാൻസർ രോഗിയാക്കിയിരിക്കുന്നു.

രക്താർബുദമായിരുന്നു മേരിയുടെ രോഗം.

ഒരർഥത്തിൽ റേഡിയം കണ്ടെത്തുന്നതിനായി തന്റെ ജീവിതമാകെ വിട്ടുകൊടുക്കുകയായിരുന്നു മേരി.

റേഡിയം അനേകം പേരുടെ ജീവൻ രക്ഷിച്ചിട്ടുണ്ട്.

മേരിയുടെ ജീവൻ റേഡിയത്തിനായും നൽകി.

മറ്റുള്ളവരെ രക്ഷിക്കാൻ സ്വന്തം ജീവിതം ബലിയായി നൽകിയവരുടെ കഥകൾ നാം മതഗ്രന്ഥങ്ങളിൽ വായിച്ചിട്ടുണ്ട്. എന്നാൽ ജീവിച്ചിരിക്കുന്നവരിൽ അത്തരക്കാർ വളരെ കുറവാണ്. ആ ചെറുനിരയിൽ ഉൾപ്പെടുത്താവുന്ന ഒരാളാണ്, ഒരുപക്ഷേ ഒന്നാമത്തെയാളാണ് മേരി.

1934 ജൂലൈ നാല്.

പ്രഭാതം.

മേരി വ്ളാഡിസ്ലോവ സ്ക്ലോഡോവ്സ്കി എന്ന ധീരവനിതയുടെ കണ്ണുകൾ എന്നന്നേയ്ക്കുമായി അടഞ്ഞു.

മേരി ലോകത്തോട് യാത്ര പറഞ്ഞു.

നിശ്ചയദാർഢ്യത്തിന്റെയും കഠിനാധ്വാനത്തിന്റെയും പ്രതീകമായിരുന്നു ആ മഹതി.

പല തലങ്ങളിൽ ആ ജീവിതം ഇന്നും നമ്മെ ഉത്തേജിപ്പിക്കുന്നു.

അർപ്പണബോധമുള്ള ഒരു ശാസ്ത്രജ്ഞ എന്ന നിലയിൽ,

വാഴ്സാ റേഡിയം ഇൻസ്റ്റിറ്റ്യൂട്ടിലെ മേരിക്യൂറിയുടെ പ്രതിമ

പ്രതികൂല സാഹചര്യങ്ങളിൽ പോലും പോരാടി വിജയം വരിച്ച ഒരു സ്ത്രീ എന്ന നിലയിൽ,

മാതൃരാജ്യത്തിന് വേണ്ടി പോരാടാൻ തയാറായ ഒരു സാമൂഹിക പ്രവർത്തക എന്ന നിലയിൽ,

ഒക്കെ മേരി ഇന്നും തലമുറകളെ ഉത്തേജിപ്പിക്കുന്നു.

മേരിയുടെ ഭൗതിക ശരീരം പിയറിയുടെ ശവകുടീരത്തിന് സമീപത്തായിത്തന്നെയാണ് സംസ്കരിച്ചത്.

1935 ൽ വാഴ്സാ റേഡിയം ഇൻസ്റ്റിറ്റ്യൂട്ടിന് മുന്നിൽ മേരി ക്യൂറിയുടെ ഒരു പ്രതിമ സ്ഥാപിക്കപ്പെട്ടു.

ആ മഹതി ഇന്നും ജീവിക്കുന്നു. വാഴ്സയിലെ മാത്രമല്ല ലോകമെങ്ങുമുള്ള ജനങ്ങളുടെ ഹൃദയത്തിൽ.